SÀI GÒN KHÔNG CÓ ĐẤT

Tuyển tập truyện ngắn

SÀI GÒN KHÔNG CÓ ĐẤT

NGUYỆT LÂM

SÀI GÒN KHÔNG CÓ ĐẤT

Tác giả: Nguyệt Lâm

Sống xuất bản lần thứ nhất tại Hoa Kỳ, 2014

Bìa và trình bày: Tuấn Khanh, Hoàng Thái

Hình: Giang Đông Du

15751 Brookhurst St., #225, Westminster, CA 92683 USA

(714) 865-4635 / (714) 531-5362

Email: tuanbaosong@gmail.com

Tác giả: Nguyệt Lâm

Sinh 1953. Nơi sinh Sài Gòn

Hiện sống và làm việc ở Sài Gòn

Tác phẩm được in trên nhật báo Người Việt,. Web văn học Tiền Vệ, báo và tạp chí văn chương ở Việt Nam...

Thư ngỏ

Tập truyện Sài Gòn Không Có Đất. Đây là một tập truyện mở lại không khí của cư dân Sài Gòn dưới chính thể hai nền Cộng Hoà ở miền Nam Việt Nam. Có thể tính thời gian trong truyện đậm chất hoài niệm, nhưng không gian truyện lại vô cùng gần gũi như chính bản chất của đô thị Sài Gòn, đô thị được người lưu dân bình dân đặt vào ngực để mãi được nhận và trao truyền trái tim Sài Gòn bao dung.

Các nhân vật trong tập truyện đến vùng đất này sống và yêu, để kết hợp sự tìm kiếm nhau. Tác giả dùng ngôn ngữ như là cách gọi, để thế hệ trước lạc nhau rồi tìm thấy nhau trong hạnh phúc, dù biến động lịch sử khiến chính chính thế hệ sau lại đánh mất nhau trên bước đường mưu cầu sự sống và quyền làm người.

Từ Sài Gòn đến các tỉnh miền tây, rồi ra miền trung. Sự tìm kiếm nhau của những nhân vật trong truyện chính là giá trị lớn nhất để kết nối những mối quan hệ từ thường tình đến tầm cao thiêng liêng của đất và người.

Nhiều nhà văn tin rằng mỗi câu chuyện văn chương là một tác phẩm văn hoá. Nhưng qua tập truyện này, tác giả chỉ đơn thuần hướng về sự thức giấc của cảm xúc, ký ức cá nhân. Kể lại một mẩu chuyện, nhớ về một tình tiết... của một người, một nơi chốn, trong bối cảnh hạnh phúc, bất hạnh, tình yêu, cái chết, luôn là cách một cá nhân tìm thấy ở những câu chuyện mà mình kể sự cứu chuộc cho chính mình khỏi sự cô độc trong guồng quay điên rồ của nhịp sống hiện đại.

Tập truyện được viết với bút pháp gọn và lạnh. Từng truyện được xây dựng bằng ngôn ngữ kể, nhưng điều bất ngờ là được viết với một vận tốc nhanh của lối viết hiện đại.

Nhà xuất bản Sống xin trân trọng giới thiệu.

Mục Lục

Cái thẹo đồng xu

Người tài xế xe đò và cô Bảy Long Xuyên

Mười năm cầm tay lái chạy xe miền Tây, hầu như tỉnh nào hai Thành cũng đặt chân tới. Cánh tài xế xe tải có người chê anh nhát, có người nói anh là người cẩn thận. Bạn hàng ai cũng thích đi xe anh, họ khen anh hiền hậu, chạy đàng hoàng. trong số bạn hàng có cô Bảy Long Xuyên là mối ruột của hai Thành, gần như cô chỉ đợi có xe anh mới lên hàng, cô thường dặn:

Bữa nào nghỉ nhớ nói trước nghe anh Hai.

Lên xe cô Bảy không bao giờ quên mua cho hai Thành một gói Ruby, ghé nghỉ xả hơi, ăn hủ tíu uống cà phê cô không cho anh trả tiền. Có Lần hai Thành nghỉ bất ngờ, cô Bảy phải lên hàng xe của năm Lãnh. Năm Lãnh tên Sên nhưng tại đen quá nên đám tài xế đặt cho anh cái tên năm Lãnh. Không biết đi xe cô Bảy đã nói gì mà Năm Lãnh đi tuyên truyền với cánh tài xế: "Hai Thành được cô Bảy Long Xuyên chấm rồi."

Cô Bảy ăn nói nhẹ nhàng, gặp ai cũng vui vẻ, có lần hai Thành mời cô Bảy đến nhà chơi. Hai Hường, vợ hai Thành cũng mến cô Bảy, hai người coi nhau như hai chị em, có hôm cô giao cá cho vựa xong rồi đi xích lô đến nhà đưa cho Hai Hường một giỏ cá lóc, con nào con nấy bự bằng bắp chuối, khi thì hai chị em rủ nhau đi chợ sắm quần áo giống nhau. Đôi lúc làm cho hai Thành có suy nghĩ mình có hai người đàn bà lo lắng chăm sóc. Tình của cô Bảy đối với hai Thành như một người vợ đối với chồng, hôm nào thấy anh ít nói cô hỏi liền:

Hôm nay anh Hai có chuyện gì lo lắng vậy?

Có khi cô thấy anh ăn ít đã lo:

Hình như anh Hai không được khỏe, tui có đem theo thuốc, anh Hai uống nghen.

Đường từ Long Xuyên lên Chợ Lớn phải qua hai cái bắc Vàm Cống và Mỹ Thuận. Thời chiến tranh chưa lan rộng, hai cái bắc không có ban đêm, hai mươi bốn giờ tấp nập xe qua lại, người bán kẻ mua lời qua tiếng lại rân trời, thậm chí kẻ ăn xin, người hát rong cũng không ngủ. Lần nào qua bắc Vàm Cống hai Thành cũng ngóng nghe tiếng hát của cô bé bán vé số, con bé chừng mười ba tuổi vậy mà đêm nào cũng có mặt ở bắc Vàm Cống. Nó hay hát bài Cô Bán Đèn Giấy Hồng của nghệ sĩ Thanh Hương thường hát trong radio, giọng nó không thể hay bằng nghệ sĩ Thanh Hương nhưng trong trẻo nhẹ nhàng như tuổi thơ của nó. Đêm nào nó cũng đến bên xe mời hai Thành mua vé số, gần hai năm mua vé số của nó hai Thành chưa một lần trúng, có lần anh nói với nó:

Chú mua vé số của con giống như đóng hụi chết.

Còn cô Bảy thường xuống xe tìm người đàn ông mù hát rong trên phà Mỹ Thuận, cô nói:

Ảnh hát nghe buồn quá, sao ảnh hát toàn những bài hát phụ tình.

Ở Bắc Mỹ Thuận qua phà lâu hơn bắc Vàm Cống, tiếng mua bán mời gọi vang dội. "Dì Hai mua dùm con chục xoài nha, xoài ngon lắm, chục mười sáu lận." "Chú mua nem về biếu bà con, nem Lai Vung nổi tiếng nè. ""Mía ghim, trà đá, nước ngọt hôn, bánh bao, hủ tiếu, cơm sườn nướng hôn cô, chú." "Ấu đây, ấu mới luộc nóng hổi nè chị…." Khi xe chạy qua phà, đi ngang các quán xá bán hàng ăn uống, mùi mắm kho, mùi cá kho tộ, mùi tôm càng nướng, mùi canh chua bông điên điển… cứ chạy theo xe, nếu ai đang đói bụng mà không có tiền thì phải nhắm mắt rồi nuốt nước miếng.

Đường miền tây chỉ một màu xanh, màu xanh vườn cau, màu xanh vườn xoài, vườn nhãn và mượt mà hơn là màu xanh của mạ non trên những cánh đồng dài, sâu gần như bất tận. Tháng tư mùi mạ non ngọt ngào, tháng mười một mùi lúa chín và mùi rơm rạ làm cho hai Thành ngây ngây. Hai Thành không phải dân miền Tây, bao năm đi về trên mảnh đất được tạo hóa ưu đải, gạo lúa, tôm cá nhiều vô kể trong lớp phù sa của dòng sông Hậu làm Hai thành tự nhiên có tánh hào sảng. Nhưng người miệt này vẫn cứ nghèo quá, nghèo đến mức có khi ngồi ngó người khác lam lũ bần hàn rồi thấy đời mình tuy nghèo mà còn may.

Cô Bảy đi xe với hai Thành mỗi đêm, nhiều lúc anh thấy cô không ngủ, cứ ngồi kế bên thỉnh thoảng hỏi chuyện, Hai Thành nói:

Cô Bảy ngủ đi để tới vựa buồn ngủ, cân cá bị ăn gian không biết.

Cô cười vui vẻ nói:

Anh Hai đừng lo, chỗ này làm ăn lâu năm, uy tín lắm, tui thức với anh để anh tỉnh ngủ.

Có lẽ nhờ có cô Bảy ngồi bên nói chuyện nên gần hai năm chạy xe cá chuyến Long Xuyên – Chợ Lớn hai Thành chưa bao giờ ngủ gục. Hai Thành cũng biết mình quyến luyến tình cảm với cô Bảy lắm, hôm nào cô bảy không đi xe anh cảm thấy buồn buồn, anh hút thuốc liên tục. Khi gặp lại cô Bảy anh nói:

Hôm qua không có cô ngồi kế bên, tôi hút hết một gói Ruby.

Cô Bảy la lên:

Mèn ơi, sao anh hút dữ vậy.

Từ khi gặp cô Bảy hai Thành không muốn chạy tỉnh khác. Anh biết cô Bảy thương anh và anh cũng có tình cảm với cô Bảy, nhưng hai người chưa bao giờ thẳng thắng nhìn nhận. Hai Thành thấy hạnh phúc mỗi đêm chạy xe được ngồi bên cô Bảy, nghe cô Bảy nói chuyện buồn vui của cô. Anh biết chỉ một trong hai người vượt qua giới hạn thì sẽ có chuyện xảy ra. Anh phải chiến đấu với mình mỗi ngày vì anh biết mình cũng thương cô Bảy, anh không muốn cô bảy khổ vì anh, anh cũng thương Hai Hường và mấy đứa nhỏ con anh. Nào ai biết được nỗi lòng của anh luôn rực lửa trước vẻ đẹp mặn mòi của cô Bảy. Cô Bảy có làn da trắng mịn, cô luôn mặc chiếc quần lãnh Mỹ A và chiếc áo bà ba màu trắng cổ lá trầu để lộ phần cỗ và phần ngực trắng mịn như mời gọi, có lẽ cô biết sự hấp dẫn của mình nên lúc nào cô Bảy cũng quấn chiếc khăn lụa màu tím than quanh cổ. Nhưng cô Bảy không biết trước cái nửa kín nửa hở lại tăng thêm phần khêu gợi.

Một đêm cô Bảy lên xe, mặt bơ phờ, trời nóng nực mà cô mặc thêm chiếc áo len. Hai Thành lo lắng hỏi:

Cô Bảy bệnh phải hôn? Sao không nghỉ một chuyến.

Cô Bảy nói:

Tui chỉ cảm sơ sài thôi, không sao đâu anh Hai.

Hôm nay ngồi trên xe cô Bảy ít nói hơn mọi hôm, Hai Thành nói:

Cô Bảy ráng ngủ một giấc cho khỏe.

Vậy mà cô Bảy vẫn không ngủ. Nhưng tới khi xe vừa qua bắc Mỹ Thuận, cô Bảy ngủ ngon lành, đầu từ từ gục lên vai của hai Thành. Xe chạy gần tới An hữu đường xấu đầy ổ gà, hai Thành sợ xe dằn quá cô Bảy thức giấc, hai Thành quyết định ngừng xe lại cho cô Bảy ngủ. Trời mát dịu, đầu cô Bảy trên vai Hai Thành, mùi dầu dừa và mùi hoa bưởi quyện vào nhau thoang thoảng. Hai Thành sợ mình không tự chủ được vội lấy thuốc ra hút, anh biết nếu đêm nay anh và cô Bảy không tự kiềm chế mình thì ngày mai sẽ không giống như những ngày qua. Hai Thành hút liên tục năm điếu Ruby, cô Bãy giựt mình hỏi:

Sao anh Hai đậu xe ở đây?

Hai Thành nói:

Thấy cô ngủ ngon mà đường khúc này xấu quá, tôi sợ cô thức giấc.

Cô Bảy buồn bã nói:

Thôi anh chạy xe đi, tui không ngủ nữa đâu.

Hai Thành cảm giác cô Bảy không được vui. Anh không biết cô Bảy mắc cở vì dựa vào anh để ngủ hay cô Bảy buồn vì anh đã quá vô tình!

Mười năm làm tài xế, không một lần va quẹt, hai Thành rất tự tin khi ngồi sau tay lái. Chiều nay, anh vừa chạy xe tới Long Xuyên để tối chở cá lên cho vựa, xe vừa quẹo vô đường Trần Hưng Đạo, có đứa nhỏ băng qua đường, hai Thành hoảng hồn thắng gấp bánh xe lết in dấu xuống mặt đường, anh vừa hoàn hồn, sang số vô ga, bỗng nghe tiếng ai đó la:

Ê thằng nhỏ, đứng lại.

Thằng nhỏ vừa băng qua đường bỗng dưng quay đầu chạy ngược trở lại ngay đầu xe, tiếng la của bà bán thuốc lá không níu giữ được chân nó. Hai Thành mở cửa xe bước xuống, nhìn cảnh thịt da nó bầy nhầy nằm dưới bánh xe anh không chịu nổi. Hai Thành thất thần nhớ đám tài xế nói: "Chạy Long Xuyên phải cẩn thận, cảnh sát trưởng ở đây ghét tài xế lắm, cán chết người đừng có hòng cho tại ngoại."

Hai Hường xuống nhà cô Bảy ở, cô Bảy đi chợ mua tôm càng, cá rô mề, thịt quay bánh hỏi. Cô nói:

Chị Hai vô nấu cho anh Hai ăn ngon miệng.

Năm Lãnh ghé qua đưa cho hai Hường hai cây Ruby nói là của anh em tài xế gởi cho hai Thành. Hai Hường thăm nuôi anh được hai lần thì có tin tòa xử. Nhờ luật sư thuyết phục, gia đình đứa nhỏ bãi nại và cũng nhờ chị bán thuốc lá làm chứng nên anh được tha bỗng.

*

Một thời lưu lạc
một đời tha hương

Ngày anh về đến nhà, má anh chạy đến ôm anh mếu máo nói:

Thành ơi đừng chạy xe nữa con ơi.

Anh cũng bị ám ảnh cái chết của đứa nhỏ dù lỗi không phải do anh. Tiền chủ xe cho khi anh nghỉ việc anh đưa hết cho vợ rồi dặn:

Bà đưa mấy đứa nhỏ về ngoại ăn tết, coi có gì mua bán được thì lấy tiền đó làm vốn.

Đường về miền Tây đối với anh như đường về nhà. Anh không nghĩ có ngày mình bỏ chuyến chạy Long Xuyên. Có ngày anh phải xa cô Bảy. Ngày hai mươi tám tết, vợ con đã về quê, chỉ còn hai má con ở nhà, anh lang thang khắp Chợ Lớn rồi lại lang thang xuống hướng Bình chánh, anh không biết mình đi về hướng miền Tây để làm gì. Chợt thấy một chiếc xe hơi đậu bên lề đường, người đàn ông mặc đồ sang trọng đang loay hoay trên đầu xe, mồ hôi ông nhễ nhại, anh tò mò hỏi:

Xe chú bị hư sao vậy.

Người đàn ông chán nản nói:

Bị chết máy mấy tiếng rồi, tìm hoài không biết tại sao.

Anh nói:

Chú để tôi coi thử.

Ông chủ xe mệt mỏi gật đầu, anh mở từ bộ phận ra xem, coi điện rồi coi bên xăng, bên lửa, cuối cùng tìm ra bệnh của nó. Khi sửa xong anh kêu ông chủ xe lên đề thử. Ông ta đề máy nổ liền. Ông mừng rỡ mở cửa xe xuống hỏi:

Anh đi về đâu, tôi đưa anh về.

Anh nói:

Tôi về Mủi Tàu gần đây.

Ông chủ xe vui vẻ nói:

Tôi về Chợ Lớn, mời anh lên xe đi với tôi.

Anh không từ chối vì đã mỏi mệt sau một ngày lang thang. Ông chủ xe bắt chuyện hỏi thăm:

Anh làm nghề gì?

Anh nói:

Tôi có nghề tài xế nhưng hiện giờ đang thất nghiệp.

Ông nghe vậy liền nói:

Hảng xe đò Hiệp Hưng đang cần tài xế chạy miền Trung, anh đến hỏi thử xem sao.

Xe chạy đến trước nhà anh, ông chủ xe bước xuống bắt tay nói:

Cảm ơn anh đã sửa dùm xe. Chúc anh ăn tết vui vẻ.

Ông móc túi lấy ra hai trăm đồng nhét vào tay anh. Anh vội đưa lại tiền nói:

Công tôi làm có đáng gì.

Ông khoát tay, ngồi vào xe rồi nói:

Anh coi như tôi lì xì cho mấy đứa nhỏ.

Ông đề máy, coi đường để xe chạy ra. Anh không biết sao đành nói với theo:

Cám ơn chú nhiều lắm.

Cầm hai trăm đồng trong tay anh ngẫm nghĩ. Từ trước tới nay mình chưa bao giờ trúng số, coi như bữa nay trúng số vậy.

Anh đưa cho bà Tám hai trăm đồng dặn dò:

Mai má đi chợ mua thịt, hột vịt về kho một nồi thiệt bự, nấu canh khổ qua nhiều nhiều, à má có làm kiệu với dưa giá chưa? Tết, thế nào mấy đứa em cũng đưa con cái về nhà mình.

Bà Tám vui vẻ nói:

Má làm kiệu với dưa giá rồi, Bác Ba con ở Trảng Bàng có gởi cho một trăm bánh tráng.

Anh cảm thấy vui lây theo má mình, anh nói:

Năm nay con cuốn thịt kho, dưa giá, củ kiệu ăn cho đã.

Tối hai mươi tám tết trời không trăng nhưng đầy sao, anh kê ghế bố ngoài hàng ba nằm cho mát, má anh tắt bớt cây đèn trên bàn, chỉ còn để cây đèn trứng vịt trên bàn thờ rồi bước ra sân. Anh vội ngồi dậy nói:

Má lại ngồi cho mát chút rồi đi ngủ.

Bà Tám lại ngồi bên con trai, nhìn lên trời như tìm kiếm một ngôi sao nào đó. Anh nhớ đến vợ con mình đang ở Vĩnh Long, năm nay chắc vợ anh ăn tết vui vẻ lắm bởi vì đã mấy năm rồi vợ anh chưa được về quê. Anh nhìn sang má mình, chợt nhớ đến quê ngoại, anh nhớ lại hình như anh có về quê ngoại lúc còn nhỏ lắm. Anh nhìn bà Tám và chợt nhận ra năm nay má anh đã già đi nhiều. Lâu lắm rồi anh không nghe bà nhắc đến quê ngoại và chưa bao giờ anh nghe bà đòi về quê ăn tết. anh hỏi bà Tám:

Sao má không về quê ngoại vậy?

Hai Thành thấy má mình đang nghẹn ngào, bà vén tay áo chậm nước mắt không trả lời. Anh thấy thương má quá, anh nói:

Sang năm con đưa tiền cho má về thăm quê ngoại.

Bà Tám nhìn lên trời nói nhỏ như chỉ để mình nghe:

Biết ở đâu để về bây giờ!

Bà Tám thứ hai tên Hiền, quê ở Phan Rang. Cha của bà là thầy nho được cho làm thư ký làng, không biết bị thù oán gì mà người ta ăn cắp con dấu của làng rồi đổ tội cho ông. Rồi lính làng đến bắt ông dẫn đi biệt tăm, sau đó báo tin ông bị bệnh chết trong tù. Bà có người em trai tên Hậu, hai chị em ở nhà để mẹ đi buôn hàng ở Nha Trang. Ngày ngày bà bồng em đi ra biển mót cá vụn, tuổi thơ của bà chỉ có biển, trò chơi trẻ con chỉ là những con dã tràng, óc mược hồn và những vỏ sò, vỏ ốc. Bà thích biển và cát, bà thường hốt cát lên rồi chạy dọc theo bờ rải cho cát bay đi. Không biết có phải tại gió cát đó hay không mà mắt bà bị vãy cá con bên trái. Có hôm ham vui quá, bà cột chân Hậu vào cục đá gần bờ rồi đi rong chơi thỏa thích, khi nhớ đến em quay trở lại, bà cuống cuồng vì thấy nước biển đã dâng cao, bà gọi tên em và chạy như bay, bà chỉ còn thấy được cái đầu của Hậu đang nhấp nhô trên mặt biển..

Cha chết được năm năm, mẹ của bà muốn đi bước nữa, chú của bà nói:

Nếu chị muốn lấy chồng thì giao con cho bên nội, anh tôi là trưởng tộc, không thể để mất gốc được.

Mẹ bà lặng lẽ chịu đựng, nhưng có lẽ tình yêu mới mãnh liệt hơn tình mẫu tử, mẹ bà chấp nhận giao con để đi lấy chồng. Ngày mẹ đi bà lặng lẽ ngồi khóc, còn Hậu thì hung tợn gào khóc nhất quyết đòi theo mẹ, chú chạy đến kéo Hậu lại, Hậu vùng khỏi tay chú nhào đầu vào cạnh bàn máu phun xối xả, từ đó Hậu có cái thẹo to bằng đồng xu gần màng tang bên phải. Mẹ đi lấy chồng ở Nha Trang chưa được bao lâu, chú của bà nói với bà:

Thím con khó tính quá, cứ đánh mắng con làm cho chú đau lòng lắm. Thôi thì để chú gởi con cho người quen, ở một thời gian rồi chú sẽ dẫn về.

Chú đưa bà vô Nam giao cho một gia đình giàu có, mới mười ba tuổi bà vừa giữ em, vừa phụ việc nhà, mỗi ngày phải gánh trên hai mươi đôi nước. Tuy cực nhọc nhưng có cái ăn đầy đủ.

Bà hội đồng giàu có mà rất nhân hậu, bà ở được ba năm, bà hội đồng kêu lên nói:

Chú con đợ con ba năm đã lấy tiền đủ, nay con cứ ở với bà, khi nào chú con vô bà trả thêm, còn con muốn về thì theo chú mà về.

Hàng ngày đi gánh nước bà đã gặp gỡ ông Tám, ông Tám mồ côi cha mẹ, làm bốc vác ở nhà máy xay lúa, ai cũng khen ông hiền hậu. Không biết ai tọc mạch với bà hội đồng, Bà Hội kêu bà lên nói:

Đã ba năm mà chú con chưa vô, con năm nay đã mười chín tuổi rồi, nếu thương cậu ta thì bà gã cho, tiền công ba năm của con bà sẽ trả đủ.

Từ ngày lấy ông Tám bà không còn là Hai Hiền nữa, ai cũng kêu bà là vợ thằng Tám. Tiền công ba năm bà mua được chiếc xuồng và chút vốn mua bán cá dọc theo kênh Tàu Hủ, lấy chồng ba năm có hai đứa con, dành dụm được ít tiền đi về thăm quê, đến nơi mới biết người chú đã chết sau khi đem bà đi đợ cho người ta, còn thím đã bỏ làng đi nơi khác. Nhờ người biết chuyện chỉ cho bà ra Nha Trang tìm mẹ. Mẹ nay có thêm đứa em gái tên là Thắm, hai mẹ con mỗi ngày ngồi bán trầu cau ở chợ Đầm. Lần đó bà không gặp được em trai, cái nghèo đã đưa cậu đi tha phương tìm kế sinh nhai. Sau khi vô lại Sài Gòn, bà cũng bị cái nghèo đeo bám mấy mươi năm nên không về quê được nữa.

Mười lần sanh nở chỉ còn lại năm đứa con, hai Thành là đứa con hiếu thảo, từ nhỏ đã chạy kiếm tiền phụ bà nuôi em. Ông Tám người hiền hậu nhưng mê cờ bạc, cả đời bà chỉ biết tảo tần nuôi chồng, nuôi con, chưa bao giờ ông Tám phụ giúp cho bà một bữa ăn. Hai Thành cũng khổ vì ông, khi khỏe mạnh thì phải đưa tiền cho ông đi đánh bài, khi ông nằm liệt giường thì hai Thành phải mượn tiền chủ về lo thang thuốc. Cái ngày ông chết nhà không tiền, đứa cháu rể kêu ông bằng dượng làm cặp rằn ở các nhà máy xay lúa nhận lãnh lo ma chay cho ông Tám, thiếu đủ sau này trả lại. Đám ma ông Tám làm rình rang ba ngày, kèn trống ầm ỉ suốt ngày đêm, khách đi đám ma được đãi ăn như đám cưới. Sau khi ông Tám được mồ yên mã đẹp, người anh rễ tính toán hai Thành nợ ba ngàn đồng.

*

Mối tình vụng trộm

Ngày anh về báo tin mình sắp chạy xe đò chở khách tuyến đường Sài Gòn - Nha Trang, bà Tám run rẩy nhìn anh chảy nước mắt. Anh đến ôm mẹ nói:

Má để con chạy một thời gian rồi tìm bà ngoại và dì Tư.

Bà Tám nói:

Nhưng con làm cái nghề này má lo lắm.

Vợ anh thì vui ra mặt nói:

Không sao đâu má, năm nay là năm nhâm dần, anh Thành tuổi tý không có kỵ.

Hôm anh chuẩn bị đi chạy xe, má anh đến dặn dò:

Khi nào ra Nha Trang, nếu có dịp, con vô chợ Đầm, lại hàng trầu cau hỏi thăm dì Tư Thắm con của bà Nghệ. Nếu dì Tư nối nghiệp bà ngoại bán trầu cau thì má tìm được gia đình.

Anh ôm vai bà Tám nói:

Má yên tâm. Chắc chắn con tìm được.

Ngày đầu tiên cầm tay lái chạy miền trung, anh nhớ con đường về miền Tây, nhớ cái ồn ào ở bắc Vàm Cống và bắc Mỹ Thuận, cầm điếu thuốc Ruby trên tay anh nhớ cô Bảy Long Xuyên. Nếu không có cái ngày định mệnh đó thì anh đâu có lưu lạc ra đến miền Trung. Đường ra miền trung lên đèo xuống biển. Bên trái trùng trùng núi và rừng. Bên phải là một màu xanh của biển, xa xa ngoài khơi là những chấm nhỏ của các con tàu đang vượt sóng, biển vỗ sóng rì rào vào bờ rồi cuốn mạnh ra xa. Anh cảm giác người miền trung luôn mạnh mẻ cứng cỏi như những cánh rừng và những rặng núi đang phủ sương mù để rồi lặng lẽ ra đi tìm đường khai hoang lập nghiệp.

Quán cơm ở Ba Ngòi có cô út Liên chuyên phục vụ tài xế. Nhóm tài xế chạy Nha Trang không ai mà không chọc ghẹo út Liên. Út Liên chỉ cười đáp lại chứ không nói tiếng nào. Một lần ngồi nhậu Ba Thu nói:

Hai Thành hiền quá, chắc không nắm được bàn tay út Liên đâu.

Năm Vững nghe hứng chí thách thức:

Ê hai Thành, Mầy thử gạ út Liên coi được cơm cháo chút nào không?

Anh chỉ cười cười, nhưng khi về, nghĩ lại lời thách thức anh thấy tức.

Xe vô quán cho khách ăn cơm, bàn tài xế đã được dọn sẵn, út Liên đến bới cơm. Anh hỏi út Liên:

Cô Út năm nay được bao nhiêu tuổi rồi?

Dạ em hai mươi mốt.

Vậy là tuổi con gì cà?

Dạ tuổi nhâm ngọ.

Cô bằng tuổi em gái út của tôi, nhưng mà tuổi của tôi với cô kỵ nhau đó nghen.

Út Liên nghe vậy cười nói:

Anh hai được bao nhiêu tuổi vậy?

Tôi ba mươi tám, tuổi tý, mà con chuột kỵ con ngựa dữ lắm.

Út Liên cười như mắc cỡ, bỏ đi. Chín lơ xe nheo mắt nhìn anh nói:

Tới luôn đi bác tài.

Kể từ ngày làm quen với út Liên, anh luôn mong đến quán cơm, anh muốn thấy nụ cười của út Liên, thích cái khăn nóng út Liên đưa cho anh lau mặt. Chín lơ xe thông tin dữ cho đám tài xế. Năm Vững trề môi:

Vậy mà nhằm nhò gì.

Hôm nay vô quán, anh nói với út Liên:

Cô Liên, cuối tháng này cô xin nghỉ được không?

Chi vậy anh hai?

Tôi muốn mời cô ra Nha Trang chơi một bữa?

Dạ, để em tính lại.

Chuyến xe cuối tháng 3 năm 1962 lại là chuyến xe định mệnh của anh. Anh bất ngờ khi nghe cô Út thông báo:

Một lát em đi với anh hai ra Nha Trang nghen.

Anh vừa bối rối vừa thấy lòng mình lâng lâng niềm kiêu hãnh. Ra đến Nha Trang, anh mướn phòng cho út Liên ở, rồi dẫn út Liên đi ăn bánh canh chả cá. Ăn xong hai người đi bộ ra bãi biển Nha Trang, Anh thiệt thà nói hoàn cảnh vợ con của mình cho út Liên biết. Út Liên tâm sự mình cũng đã qua một đời chồng, nhưng không hợp đành gãy gánh. Anh nói cho út Liên biết quê ngoại của mình cũng ở miền Trung, anh đang đi tìm tung tích người thân. Tối đó anh vẫn chưa nắm lấy bàn tay của út Liên, vậy mà nhóm tài xế đã gọi anh là sư phụ. Anh nói thật ai cũng không tin, còn cho anh là giả mù sa mưa.

Lần kế tiếp khi xe ghé quán cơm. Hai Thành vừa ăn cơm xong thấy út Liên xách giỏ đến, nói:

Bữa nay em ra Nha Trang với anh.

Anh ngạc nhiên hỏi:

Có chuyện gì vậy Liên.

Út Liên cười vui vẻ nói:

Ngày mai em đi chợ Đầm hỏi thăm dì tư Thắm cho anh.

Ở Nha Trang, sau một buổi đi tìm,Út Liên đã biết tin dì Tư Thắm. Chiều xe ra, út Liên báo tin cho Hai Thành biết đã hỏi thăm được dì Tư Thắm bán trầu cau. Anh mừng quá, dẫn út Liên đi Chụt ăn phở gà, hai người đi bộ theo bãi biển về nhà trọ. Anh nắm chặt tay út Liên hỏi:

Em theo anh ra đây rồi có ngày sẽ khổ vì anh.

Út Liên nói không cần đắn đo suy nghĩ:

Anh có lừa gạt gì em đâu mà khổ.

Thật sự anh không lừa gạt gì út Liên hết, nhưng anh đã có vợ con còn cưu mang út Liên thì sao tránh khỏi cảnh hờn ghen của vợ. Nếu Út Liên chấp nhận thì cả đời phải chịu phận lén lút. Út Liên thấy anh suy nghĩ lại nói:

Khi nào em thấy anh khổ em sẽ bỏ cuộc.

Tối đó hai Thành không ở phòng mình mà qua phòng út Liên ngủ. Năm Vững nghe tin, gặp hai Thành chấp tay xá xá, còn Ba Thu nói:

ĐM. hai Thành lù khù vác lu chạy.

*

Vết thẹo đồng xu và ngày đoàn tụ

Chiếc xích lô máy chở hai người đàn ông đến ngã tư đường Hậu Giang dừng lại, người đàn ông đứng tuổi đi về phía căn nhà theo chỉ dẫn của người đàn ông trẻ tuổi. Người đàn ông đứng tuổi mặc chiếc áo sơ mi trắng, quần tây màu xám, đầu đội cái nón nỉ, tay trái xách cái cặp da màu vàng. Bước chân đến ngạch cửa ông kêu to:

Có ai ở nhà không?

Bà Tám, má hai Thành từ trong nhà chạy ra nhìn khách hỏi:

Ông kiếm ai?

Ông khách không trả lời, nhìn bà Tám chăm chăm rồi từ từ giở nón ra khỏi đầu. Bà Tám nhìn ông khách, người như co rúm lại, miệng lấp bấp hỏi:

Phải cậu ba Hậu đây không?

Ông khách xúc động chạy lại ôm bà Tám hỏi:

Sao chị nhìn được em?

Bà Tám khóc nghẹn, tay run run chỉ lên cái thẹo to bằng đồng xu nằm ở màng tang bên phải của ông, nói:

Chị nhớ hoài cái thẹo này.

Hai chị em ôm nhau khóc. Ba Hậu nói:

Chị giống mẹ quá, dì tư cũng giống mẹ lắm.

Nhắc tới mẹ bà Tám khóc nghẹn.

- Sao mẹ không ráng chờ con về vậy.

Bà Tám đi Phan Rang với cậu Ba Hậu, sau hơn ba mươi năm bà mới được nghe người ta gọi đúng tên mình: bà Hai Hiền. Bà tiếc không đi bằng xe lửa, bà nghĩ lần sau về Phan Rang bà phải đi bằng xe lửa để nhớ lại ngày bỏ xứ ra đi. Vào đến nhà cậu Ba Hậu, người gọi cô Hai, đứa thưa Bà Hai. Bà Tám như sống lại tuổi thơ của mình, bà chợt quên hai tiếng bà Tám, bà thấy ấm lòng với hai tiếng bà Hai. Bà nghẹn ngào đốt nhang bàn thờ Tổ Tiên cha mẹ. Hơn ba mươi năm bà mới được lạy Tổ Tiên.

Dâu của cậu ba Hậu dọn bánh canh chả cá ra. Hơn ba mươi năm bà mới được ăn cọng bánh canh này, miếng chả cá thu tươi, dai như ngày nào. Bà Hai vừa ăn vừa nhớ đến chuyện ngày xưa. Bà và cậu ba Hậu được ăn bánh canh chả cá lần cuối cùng trước khi mẹ ra Nha Trang lấy chồng. Cậu ba Hậu nói:

Ngày mai em kêu vợ thằng Hào mua con Dong về đãi chị.

Bà hai Hiền hỏi:

Con Dong mỗi lần bắt nó lên là nó chấp tay lạy đó phải không?

Cậu Ba nói:

Đúng rồi, mai nấu cháo Dong bồi dưỡng cho chị, cho chị thưởng thức Dong nướng ngon không gì bằng.

Bà Hai Hiền nhớ tới hai tay con Dong chấp vào nhau bỗng rùng mình.

Bà được ăn cái bánh căn nóng dòn chấm với nước cá nục kho cà, ăn bánh tráng nhúng nước, chấm nước mắm mặn dầm ớt xiêm rừng cay xé lưỡi nhưng thơm ngon giống như ngày xưa bà vẫn thường được ăn trừ bữa. Hơn ba mươi năm bà mới nhìn thấy lại biển miền Trung, ký ức sống lại nguyên vẹn trong lòng bà. Bà lại đi theo bờ, được biển đón nhận một cách chân tình, từng cơn sóng vỗ vào người của bà Hai như bàn tay của mẹ ngày nào vuốt ve ấp ủ chị em bà. Những ngày ra Nha Trang bà gặp người em gái một mẹ khác cha, hai chị em tuy không cùng dòng máu nhưng cùng lòng mẹ và đều giống mẹ cái tính nết nên chị em thật dễ gắn bó. Hai Thành chưa bao giờ thấy má mình vui vẻ như bây giờ. Má anh nói:

Bây giờ má chết được rồi.

*

Tình cao thượng và một phần đời đánh mất

Đám tiếp viên ở quán cơm đồn út Liên có bầu, ai cũng nhìn hai Thành như muốn dọ hỏi. Hai Thành nghe chuyện lòng ngổn ngang như tơ vò, nhưng nghĩa khí đàn ông làm cho anh kiên quyết. anh kêu út Liên lại hỏi:

Em có mang rồi phải không?

Út Liên làm thinh không trả lời. Anh nói:

Em vô soạn đồ đi Nha Trang với anh, tạm thời ở phòng trọ rồi từ từ kiếm nhà mướn ở.

Cầm tay lái mà trong đầu anh suy nghĩ miên man, tiền lo cho út Liên ăn ở, nuôi con anh không sợ thiếu hụt, anh chỉ lo sợ hai Hường, vợ anh sẽ biết chuyện này. Hai Thành sợ đến ngày giỗ ba anh, đám bạn bè tài xế được mời đến nhà sẽ không buông tha.

Anh quyết định hôm nay về nhà sớm, ăn cơm xong anh rủ vợ đi coi chiếu bóng. Khi ra khỏi rạp hai Hường nói:

Phim này toàn nhảy đầm không?

Anh nắm tay vợ đi lang thang, lựa lời thú tội. Hai Hường tinh ý hỏi:

Ông có chuyện gì muốn nói thì cứ nói đi.

Anh nhìn Hai Hường nói:

Tôi muốn bà bình tỉnh. Chuyện này cũng vì tự ái mà ra, đám tài xế thách thức quá nên tôi lỡ gây ra….

Hai Hường không giận giữ, không ngạc nhiên. Trầm ngâm một lúc rồi hỏi:

Ông lỡ có con với người ta rồi sao? Giờ ông tính sao đây?

Anh thấy nhẹ lòng vì hai Hường đã nói thay anh.

Tôi mong bà tha thứ, còn việc đó tôi tính lo cho nó sinh nở đàng hoàng rồi cấp dưỡng cho nó nuôi con.

Hai Hường hỏi:

Ông làm được dễ dàng như vậy sao?.

Tôi hứa với bà.

Anh cảm thấy có lỗi với vợ mình và cả với Út Liên, nếu Út Liên nghe được những lời anh nói với Hai Hường thì sẽ đau khổ biết dường nào. Anh không dám nhìn nhận với vợ mình có tình cảm với Út Liên, giờ đây anh lại hứa hẹn với vợ sẽ bỏ Út Liên sau khi cô sinh nở.

Điều nhẩn tâm đó anh tự nhận biết là mình không dễ dàng làm được. Anh thầm cảm ơn hai Hường không nói chuyện này cho má anh nghe, anh biết má anh không bao giờ chấp nhận chuyện anh có vợ mọn, và con anh cũng không bao giờ chấp nhận chuyện anh phản bội mẹ nó.

Đường miền Trung bị tắt, xe anh kẹt mấy hôm liền, anh biết hai Hường vợ anh đã ra bến xe hỏi thăm tin tức. Khi đường đã thông xe, anh về đến nhà, hai Hường lật đật chạy đi mua thêm thịt quay, dọn cơm cho anh ăn. anh ngồi ăn cơm, nhìn vào mắt của hai Hường thấy u buồn quá, lòng anh dậy lên nỗi đau. Hai Hường nhìn anh nói:

Mấy hôm nay tôi biết ông ở ngoải cũng có người lo nên cũng yên tâm.

Anh không dám chối cãi, không dám ngụy biện, nhìn ánh mắt của hai Hường anh không can đảm nói dối.

Tôi xin lỗi bà, để từ từ rồi tôi giải quyết chuyện này.

Ông có giải quyết được đâu.

Tôi hứa với bà.

Ông đừng hứa. Ông phụ tôi có một lần nhưng ông cứ khơi dậy nỗi đau của tôi. Ông cứ làm theo lòng mong muốn của mình đi.

Bà không tin tôi sao?

Tôi luôn tin và sẵn sàng tha thứ, luôn chờ đợi nhưng ông chưa muốn quay về.

Anh nhớ ánh mắt của hai Hường mười mấy năm về trước, ánh mắt trong sáng, thơ ngây nhưng rất kiên quyết. Anh và hai Hường quen nhau lúc anh đang làm vựa cá ở Chợ Lớn, Hai Hường từ Vĩnh Long theo cha mẹ lên Sài Gòn lánh nạn. Ông Tư, Ba hai Hường ngày ngày đi hớt tóc dạo, Em trai hai Hường làm ở tiệm tương chú Chệt, má Hai Hường trước khi tới tiệm tương làm kiệu, bà thường thức dậy sớm đánh một nồi bánh lọt cho hai Hường gánh bán dạo. Ngày nào anh cũng ăn một chén bánh lọt, có hôm đến vựa cá, ai kêu bánh lọt hai Hường cũng nói hết, nhưng riêng anh hai Hường để dành phần một chén. Một hôm không thấy hai Hường ghé vựa cá, anh đem mấy con cá lóc của bạn hàng cho đến nhà của bà Tư. Bà Tư chưa về, chỉ có hai Hường bị bệnh ở nhà. Anh đưa cho hai Hường bị cá nói:

Hường nói má nấu cháo cá ăn cho khỏe.

Hai Hường cảm động lắm. Hai Hường nhìn bị cá nói:

Anh Hai để tôi sớt phân nửa, còn phân nửa mang về cho ở nhà ăn.

Không sao đâu, bạn hàng cho cá ăn hoài. Hường để lại ăn cho mau hết bệnh.

Chú Chệt tiệm tương góa vợ đã hai năm, chú để ý thương hai Hường, mấy hôm trời mưa hai Hường bán ế, gánh bánh lọt về tới tiệm tương, chú Chệt ra kêu:

A Hai cứ múc cho thợ của ngộ ăn đi, bao nhiêu ngộ trả hết.

Bà Tư, má hai Hường mừng lắm, dặn hai Hường hôm nào còn bánh lọt nhớ gánh về tiệm tương cho chú Chệt bao.

Một lần chú Chệt kêu bà Tư lại nói:

Bà Tư à, ngộ thương A Hai, bà gã A Hai cho ngộ đi.

Bà Tư nghe nói như mở cờ trong bụng. Chạy giặc lên đây phải ăn nhờ ở đậu, nay được ông chủ tiệm giàu có đòi cưới con gái, bà mừng lắm. Nhưng hai Hường một mực cãi lời bà Tư, ông Tư không tham gia vô chuyện này, ông không muốn định cư ở Sài Gòn, ông trông ngóng giặc giả đi qua để ông trở về Vỉnh Long sinh sống.

Một hôm chú Chệt gặp Hai Thành hỏi:

A Thành rảnh không? đi uống cà phê với ngộ.

Ở quán cà phê chú Chệt nói:

Ngộ thương A Hai, muốn cho A hai sung sướng nhưng không được, vậy ngộ giúp cho A Hai được hạnh phúc. A Thành thương A Hai thiệt tình thì ráng học cái nghề để sau này A Hai đỡ khổ.

Mấy bữa sau, chú Chệt đem lại cho anh cái giấy biên lai đóng tiền học lái xe. chú Chệt nói:

A Thành cứ đi học cho có cái nghề đi, chừng nào làm có tiền thì trả lại cho ngộ, ngộ không có cho đâu mà sợ mắc nợ.

Anh chạy xe được sáu tháng, để dành tiền trả nợ cho chú Chệt. Cuối năm anh và hai Hường làm đám cưới. Chú Chệt đi dự đám cưới nói với anh và hai Hường:

A Thành và A Hai thương nhau hoài nha.

Lúc anh chạy Sóc Trăng, Bạc Liêu, hai Hường hay nhắc anh mua lạp xưởng, vịt khô Sóc Trăng lên biếu chú Chệt, Chú vui vẻ nhận và khen ngon. Ba lần hai Hường sanh con, chú Chệt đều mang thuốc bổ đến biếu hai Hường. Chú nói:

Cái này là toa thuốc gia truyền, dành cho người hậu sản, A Thành cho A Hai uống đi.

Cái tình của chú Chệt đối với hai Hường thật mêng mông. Hai Thành nhớ lại và tự cảm thấy xấu hổ. Từ ngày hai Hường lấy anh đến giờ chưa một lần thảnh thơi, mỗi ngày phải buôn đầu chợ bán cuối chợ phụ anh nuôi gia đình. Hai Hường chỉ tin vào cái tình mà yên lòng sống trong khổ cực. Vậy mà hôm nay anh lại đi phản bội.

Vào cái ngày cầu Đạo Long bị sập, xe đò đi miền Trung phải chạy ngã Đà Lạt. Xe của hai Thành lái lúc vừa đỗ dốc xuống đèo, bất thình lình có hai người thượng cùng chở nhau trên chiếc xe đạp từ trong rừng đâm ngang ra. Hai Thành rà thắng, thấy xe chao đảo, anh vội buông thắng để xe lao thẳng vào hai người thượng.

Hai Hường nghe tin dữ tức tốc đi lên Di Linh. Vừa tới nơi, hai Hường đã gặp Út Liên bồng con ngồi kế bên chồng mình nhưng Hai Hường lờ như không thấy.

Hai Hường chạy đôn chạy đáo lo luật sư cho anh được tại ngoại.

Được tại ngoại, Hai Thành và Hai Hường ở Đà Lạt hơn ba hôm chờ ngày ra tòa.

Buổi sáng ở Đà Lạt sương mù bao phủ, ánh mắt của Hai Hường hình như cũng phủ một lớp sương. Hai Thành choàng tay qua ôm vai vợ hỏi:

Bà có thấy lạnh không?

Hai Hường hỏi:

Ông thấy lạnh à? Còn tôi đã không sợ lạnh hơn hai năm nay rồi.

Hai Thành biết Hai Hường nói bóng gió với mình. Anh nói:

Bà không thể tha thứ cho tôi sao?

Hai Hường đứng lại nhìn thẳng vào mắt Hai Thành nói:

Tại sao ông cứ kêu tôi tha thứ cho ông. Tại sao ông không báo cho cho tôi biết là ông đã quay về với gia đình.

Ba ngày ở Đà Lạt thật êm đềm, Hai Hường vẫn vui vẻ, vẫn đi với Hai Thành tham quan những thắng cảnh của Đà Lạt, Cũng chụp hình chung với nhau thật tình tứ, tối tối vẫn cùng nhau tay trong tay đi bộ ra phố uống sữa đậu nành nóng, nhìn nhau nói chuyện ra khói rồi cười với nhau. Nhưng thâm tâm hai Thành nhận biết đó chỉ là bề mặt. Còn tận đáy lòng của Hai Hường vẫn mang một vết thương khó lành. Anh cảm thấy ân hận vô cùng, nếu anh không gây ra chuyện ngoại tình khổ vợ, khổ con thì ba ngày ở Đà Lạt là ba ngày đẹp nhất trong đời của hai Hường.

Ngày ra tòa, tòa hỏi anh:

Sao bị cáo không thắng lại mà lao thẳng vô hai người đi xe đạp.

Anh trả lời:

Hai người này đâm ra bất ngờ, nếu tôi thắng gấp sợ xe sẽ bị lật hoặc lao xuống vực, như vậy sẽ có nhiều người chết hơn. Tôi thà hy sinh hai người để cứu mạng hơn năm mươi người trong xe.

Từ ngày được tha bỗng anh nghỉ chạy xe, cô Bảy Long Xuyên hay tin lên thăm, cô trách anh:

Hồi đó tôi tưởng anh Hai cũng thương tôi.

Tình của tôi đối với cô Bảy, chắc cô Bảy biết. Tôi thương cô Bảy nên không muốn cô Bảy khổ.

Vậy anh không thương người ta mà làm khổ người ta chi vậy. Rồi còn đứa nhỏ, nó đâu có tội gì.

Cuộc đời không ai định trước được cô Bảy à.

Anh xin làm thợ máy sửa xe hơi. Mỗi tháng anh gởi tài xế ba Thu tiền cho Út Liên nuôi con. Được một năm, ba Thu về báo lại cho hai Thành là Út Liên đã bỏ đi, dù hết lòng tìm kiếm nhưng không gặp. Nghe chuyện, Hai Thành biết Út Liên đã bỏ cuộc như đã hứa lúc hai người mới gặp nhau. Nhưng hai Hường vẫn ưu tư, hai Thành đọc được sự đổ vỡ niềm tin trong lòng vợ mình, anh biết Hai Hường ở với anh trong quảng đời còn lại chỉ vì cái nghĩa vợ chồng.

Hai Thành luôn tự ray rức mình, vì anh mà ba người phụ nữ phải đau khổ, nhưng anh tin thời gian sẽ làm cho Hai Hường và Út Liên phôi phai nỗi đau, nhưng còn đứa con gái anh đã bỏ rơi sẽ sao! Cả đời nó có quên được những nỗi đau của cha mẹ gây ra! Anh nhớ má anh đã nhìn được cậu ba nhờ cái thẹo đồng xu, còn con gái anh có dấu tích gì để anh nhận diện sau này! Dì tư và má anh thương nhau như chị em ruột, còn các con anh sau này biết có chịu nhìn nhau!

Mọi chuyện anh gây nên nhưng anh không thể tự giải quyết được. Hai Thành thấy nặng lòng vì đã đánh mất một phần đời của mình ở một nơi nào đó.

Đầu vú khóc không tiếng nấc

1

Má đau đớn, quằn quại, tay chân má lạnh như người chết, My đưa tay cho má nắm để má có cái mà bóp, có cái mà gồng.

Mai con đừng mua thuốc giảm đau cho má nữa, mua thuốc ngủ để má đi cho nhẹ.

Thằng Út không có má để măng vú nó khóc ai chịu nỗi.

Thằng Út đã ba tuổi mà phải măng vú mới chịu ngủ, má chỉ còn da bọc xương ngực sát sạt, chỉ có hai cái núm nhô lên vậy mà nó vẫn măng hai cái núm teo ngắt.

Má đừng cho nó măng vú nữa, nó lớn rồi.

Chắc cũng không còn mấy ngày, tội nghiệp nó.

My lén chùi giọt nước mắt không cho má thấy. My thấy giận thằng Út, tại nó mà má phải chịu đau đớn không dám chết. Nhưng My lại nghĩ, nhờ có thắng Út mà má chịu sống thêm với chị em My.

Không có má để măng vú thằng Út khóc không chịu ngủ, nước mắt My cũng chảy ướt gối. My lấy tay của nó để lên ngực mình, nó ngưng khóc, tay nó rờ rẫm tìm vú, không măng được nó thọc tay vô áo, sống lưng My như có con gì bò. Thằng Út thút thít khóc.

Chị cởi áo vú ra đi.

Đồ quỷ, ngủ đi.

My vừa mắc cở vừa giận thằng Út, My muốn xáng cho nó một bạt tay nhưng chưa đánh nó đã khóc rống lên. Có tiếng rống khác gầm lên.

Mầy không dỗ cho nó nín được thì đưa nó qua đây tao bóp mũi nó.

My hoảng hồn, ba đang say rượu ổng nói là làm thiệt. Từ ngày má chết ba uống rượu nhiều hơn, My lật đật ôm thằng Út vào lòng nói nhỏ vô tai nó.

Nín đi, chờ chị cởi áo.

Cái núm vú của con gái mới mười ba tuổi chưa ló ra, thằng Út nắm không được cứ vuốt tới vuốt lui làm cho My nổi gai ốc, trân mình chịu không dám la, không dám biểu nó ngưng, nhắm mắt thấy gương mặt lầm lì của ba làm My quên đau. Thằng Út lấy ngón tay cái và ngón trỏ xe xe đầu vú làm My đau điếng.

Đừng ngắt chị đau.

Thằng Út đã buồn ngủ lắm vậy mà còn nghe được lời thì thầm của My, nó măng nhẹ nhẹ rồi từ từ buông tay ra. My rút tay nó ra khỏi áo, đầu vú ê ẩm, nước mắt My tuôn không tiếng nấc.

Ngọn đèn trứng vịt trên bàn thờ của má sắp hết dầu, ánh sáng nhỏ như đầu tăm, yếu ớt chập chờn rồi tắt. Căn nhà chỉ còn một màu đen, thằng Út giật mình dậy sợ chắc sẽ khóc. My nằm nhớ má, nhớ những ngày sắp bỏ chị em My má cũng như ngọn đèn dầu trứng vịt ban nảy, mòn mỏi, yếu ớt đến nỗi má đã không còn thở mà My vẫn chưa biết. My nhìn vào bóng đêm, cảm giác như má đang đứng nhìn thằng Út, bóng tối đã không cho má con thấy mặt nhau. Ngày mai đi mua dầu châm vào cây đèn, cây đèn cháy sáng trên bàn thờ, My không thể nghĩ má còn ở nhà được nữa.

Má nói nhờ có bà nội nên My mới được ở với má, ba nghe má sanh con gái không vô thăm, bà nội vô bệnh viện ẩm My về. Bà nội chết má mới sanh bé Ba, má chỉ được bồng nó có ba ngày trong bệnh viện. Ngày ra viện, ba bồng nó đi cho người ta mà không hỏi ý kiến của má. Má khóc, ba đánh má. Má hỏi ba:

Sao ông nỡ cho con mình vậy?

Mầy chắc nuôi nó được như người ta không?

Người ta nói ba đi bán con chứ không phải cho không. Má đau đớn mất con nước mắt chảy ngược vào trong. Lúc mang thai bé Tư má vừa mừng vừa lo, hàng đêm má cầu nguyện nó là con trai. Lúc cô nữ hộ sinh nói nó là con gái má khóc rống lên. Cô nữ hộ sinh nhìn má, nhăn mặt.

Con nào cũng là con, chị làm gì khóc dữ vậy.

Làm sao cô hiểu được, má ôm bé Tư vào lòng vuốt nhẹ lên gò má của nó, má rờ từng ngón tay ngón chân, má nhìn thật kỹ khuôn mặt nó để má nhớ, má xăm soi từng làn da đâu đâu má cũng vuốt ve, quan sát mong tìm có dấu tích nào đó để mong có ngày gặp lại. Má không còn nước mắt để khóc con, má lặng lẽ ghi nhớ từng đặc điểm của mỗi đứa trong đầu. Mỗi lần ẩm con đi cho ba đi biệt tích mấy ngày như tránh mặt má. Cứ mỗi lần má khóc nhớ con là ba đánh má, ba dắt cây roi mây tréo đôi ở vách, chỉ cần một chút nghịch ý ba rút cây roi mây quất má như cha đánh con. Má khóc nghẹn trong cổ, không một tiếng rên, nhưng tiếng ba chửi làm hàng xóm gần xa ai cũng biết ba đánh má. Có lần dì út La hỏi má:

Con Sáu, mầy thương gì cái thằng Di mà sống với nó hoài vậy?

Tại còn mắc nợ đó chị út. Hết nợ mới bỏ được.

Mầy đẻ con nó không cho mầy nuôi mà sao mầy không đi kế hoạch cho rồi?

Tui hứa với bà nội con My̦ phải ráng sanh một thằng con trai để nối dỏi.

Nối dỏi chi cái thứ bất nhơn đó.

Sanh được thằng Út má như trút được gánh nặng trên vai, má nhìn thằng út lại nhớ đến hai đứa con gái biệt tích, má cứ ôm thằng út ngồi khóc, sức khỏe của má suy sụp, người càng lúc càng héo hắt. Dì út La nói:

Sao tao thấy mầy giống mấy người bệnh tương tư quá, như cái cây đứt con chuột, héo dần, héo mòn.

Dì út La lại đổ tội cho ba.

- Cũng tại thằng Di làm cho nó uất ức quá mà sanh bệnh.

Khi má chết dì út La nói:

Má mầy được ông trời giải thoát.

2

Từ ngày vợ chết, hắn bỏ nghề phụ hồ vô ruộng giữ vịt chạy đồng, hắn không muốn bước chân vô cái nhà có cái bàn thờ người đàn bà đó nữa. Đứa con gái lớn của hắn sao giống con gái mẹ nó quá, nhìn cặp mắt của nó hắn có cảm giác vợ hắn đang nhìn hắn, cặp mắt của con My sao mà buồn, mà trắc ẩn như đang oán giận ai đó. Hắn muốn sống một mình để quên những chuyện mình làm không phải với vợ, ai cũng đổ tội tại hắn ác nên vợ hắn mới chết sớm.

Nhiệm vụ của hắn là lùa vịt chạy đồng cho vịt kiếm ăn, lượm trứng vịt giao cho chủ, xong việc hắn chỉ cần làm hai xị rượu là ngủ ngon giấc cho tới ngày mai, đầu óc không bận bịu suy nghĩ nữa.

Đêm nay mồng một trời tối đen, đã uống hai xị rượu mà hắn vẫn chưa ngủ được. Không biết ai đi đêm ngang đây mà mấy con vịt cứ kêu lên từng hồi, hắn phải đứng lên nằm xuống hai ba lần. Hắn nghĩ đến vợ mình, người đàn bà luôn chịu đựng những cơn điên của hắn. Bỗng dưng hắn nhớ mấy đứa con gái hắn đã đem đi cho, không biết tụi nó có sung sướng hơn con My, thằng Út ở nhà không! Cũng vì muốn có một ít tiền, muốn con mình được đổi đời mà hắn đã làm cho vợ hắn buồn rầu sanh bệnh. Cũng tại má hắn cứ mong ước có cháu nội trai mà con vợ của hắn cứ đẻ con gái.

Bầy vịt lại kêu lên, tiếng kêu của mấy con vịt đêm nay sao hắn nghe ai oán quá, giống như tiếng khóc của vợ hắn mỗi lần mất con. Hắn rùng mình khi nhớ mỗi sáng hắn đi lượm trứng vịt giao cho chủ, mấy con vịt cũng chạy tán loạn kêu la như vợ hắn. Đêm khuya giữa đồng vắng, gió hiu hiu mà sao người hắn ướt đẫm mồ hôi. Hắn thấy sợ mấy con vịt, hắn sợ tiếng kêu cạp cạp liên hồi không dứt của bầy vịt đẻ. Hắn cảm giác vợ của hắn đang đứng gần bên nhìn hắn với cặp mắt như van xin hắn đừng bồng con đem đi cho người ta.

Hắn như bị ma đè, miệng ú ớ, vặn người cố gượng dậy mà không dậy được; hắn cố hết sức mình hét thật to mới vùng dậy khỏi cái chỏng tre. Hắn vuốt mặt rồi lầm bầm: "Chắc mầy muốn tao phải bỏ xứ này đi mới buông tha cho tao." Hắn quơ vội túi đồ máng trên vách, băng đồng giữa đêm đen.

3

My quyết định theo Diệu lên Sài gòn tìm việc làm nuôi thằng Út ăn học. Dì Út La cứ cản không cho đi, My biết Long đã nhờ dì Út La khuyên can My đừng đi. Nhưng lần này My quyết bỏ xứ. Long đã lấy vợ, My không có lý do gì để cho Long giúp đỡ chị em mình nữa.

My buôn bán cái gì Long cũng theo mua ủng hộ, Dì Út La tháng nào cũng đem tiền qua đưa nói là tiền của hội từ thiện, My biết hội từ thiện đó là ai, người ngoài còn bàn tán: "Con trai chủ tiệm vàng Ngọc Hà lúc này làm từ thiện dữ quá ». Có người để ý còn nói "Con My sắp lọt vô hủ vàng rồi.»

Một lần Long ghé nhà hỏi My:

Em có thương tôi không?

Anh hỏi chi vậy?

Nếu em thương tôi thì hai đứa mình bỏ xứ này đi.

Vậy là gia đình anh không chịu cho anh lấy tôi.

Nhưng tôi thương em.

Tôi không thương anh. Tôi ghét hết thảy đàn ông, tôi không bao giờ lấy chồng.

Em nói chắc như vậy?

Ừ, chắc như vậy đó.

Xe đò sắp chạy, Mỵ thấy Long từ xa, muốn trốn không cho Long thấy mặt. Diệu nói:

- Mầy dứt khoát cho người ta quên mầy đi.

Long chạy đến nhìn Mỵ như van xin.

- Em đừng đi.

- Anh có vợ con rồi, anh quên tôi đi, đừng làm khổ vợ anh.

- Tôi còn thương em là tôi còn khổ, tôi muốn quên em mà không làm được thì em với vợ tôi có quyền gì trong chuyện này.

- Ừ thôi anh cứ nhớ, khi nào tôi chết anh đưa tôi về xứ này.

4

Phú nói với anh:

Tao thấy con nhỏ đó già quá.

Em ba mươi tuổi.

Phú trợn mắt nhìn anh.

Mầy điên chưa mà mê gái già vậy.

Tao nói mê em hồi nào.

Thì mầy nói mỗi lần gặp em mầy thấy vui, mỗi lần giận ai mầy muốn gặp em để xả cơn giận, mỗi lần có chuyện buồn mầy muốn gặp em để được an ủi. Như vậy là mê rồi còn gì nữa.

Tao cần có em cho cuộc sống tinh thần của mình.

Mầy gặp con hồ ly già mê hoặc rồi.

Em không mê hoặc tự tao tìm đến em.

Vậy mầy gặp Quan Thế âm Bồ tát.

Em không là Quan thế âm, em có một gương mặt u sầu, nụ cười nhẹ nhàng buồn da diết, đời em lận đận, vất vả. Em đúng như Phú nói, em là yêu nữ mê hoặc đàn ông. Đối với anh em là người bạn biết chia sẻ, là người tình già dặn làm cho anh say mê. Anh nói với Phú, anh chỉ cần em cho cuộc sống tinh thần, vậy mà giờ đây anh đang nằm cạnh bên em.

Hình như em đang mơ một giấc mơ buồn, nước mắt em chảy ướt gối loang thành vòng tròn. Tại sao lúc em ngủ anh cũng thấy em buồn quá vậy! Em đã hỏi anh. "Anh vẫn thương vợ con mình phải không, anh đang sống hạnh phúc phải không?" Anh đã ừ, em nhìn anh nước mắt chảy dài. Anh xin lỗi! anh không thể nói khác được, anh yêu quý gia đình mình, anh yêu quý vợ con anh, nhưng anh vẫn muốn có em.

Em mở mắt nhìn anh, em cười. Sao nụ cười của em hôm nay tươi quá vậy! Anh thấy em như một đứa trẻ vừa ngủ dậy thấy mẹ ngồi kế bên mình, nụ cười tràn đầy hạnh phúc. Anh để tay lên ngực em ve vuốt.

Anh làm em nhớ thằng Út. Lúc nhỏ nó hay măng vú em.

Mắt em rực sáng như đang tận hưởng sự sung sướng.

Em thèm cảm giác được đứa con ngậm vú mình.

Chân mày anh chợt nhíu lại, em thấy và hình như đang đọc ý nghĩ của anh. Đôi mắt của em chợt gợn buồn.

Em nợ anh nhiều quá.

Anh không bao giờ nghĩ đã cho em vay.

Em đã nợ tiền và nợ tình của anh, vì em mà anh sẽ khổ. Em như con đỉa bám lấy anh chỉ chờ chực hút máu, khi no đủ em sẽ buông anh ra.

Em cười như ngây dại.

Thôi anh về đi. Coi như anh ăn bánh trả tiền nha. Như vậy em cảm thấy không mắc nợ anh, anh không thấy có lỗi với vợ mình.

5

Diệu nhắn tin hẹn anh ở quán cà phê đầu hẻm này để dẫn vào nhà em. Em đã tránh mặt anh, chỉ nhắn tin cho anh: "Mình không còn nợ gì nhau." Anh quẹo vào con hẻm mắt ngơ ngác nhìn hai bên, bên trong con hẻm có một đám tang đang chuẩn bị động quan, nhà nhỏ lắm sao mà hòm phải để ngoài sân, con hẻm đã chật hẹp lại có đám ma càng chật hẹp. Anh tấp vô cái quán cà phê ở đầu hẻm, bà chủ quán nhìn anh, anh vội kêu một ly cà phê đá.

Đám ma bây giờ thường rình rang lắm, kèn tây, kèn ta thổi vang trời, sao đám ma này buồn quá!

Đám ma nhà nghèo mà chú, đâu phải ai cũng có tiền để khoa trương.

Đám ma này ít người thân quá, vừa thấy buồn vừa thấy lạnh.

Dân giang hồ nhập cư lấy đâu có người thân.

Vậy chuẩn bị đưa về quê hả chị?

Ừ, có người nhà lên đưa quan tài về quê.

Đàn ông hay đàn bà vậy chị?

Gái giang hồ mà để có bầu, nghe nói nhau tiền đạo chết mẹ lẫn con.

Phụ nữ hả chị, còn trẻ mà đã chết, tội nghiệp quá!

Người chết này đạo gì mà không thấy sư cũng không thấy cha đọc kinh gì hết. Anh uống ngụm cà phê rồi lấy thuốc ra hút, Anh muốn đợi đám ma đi ngang để xem mặt người phụ nữ ấy. Những người ở nhà đòn đang chuẩn bị động quan, mỗi người cầm một cây nhang đứng trước quan tài xá ba xá rồi đồng loạt đến quan tài nâng lên vai. Quan tài được khiêng lên một cách nhẹ nhàng, một thanh niên đến cầm bát nhang đi ra, người chết không có hình để thờ, quan tài từ từ rời khỏi sân một cách lặng lẽ, phía sau có thêm một người đàn ông đang khóc. Người phụ nữ này chỉ có hai người đàn ông là người thân sao! Anh thờ ơ nhìn theo cho đến khi xe tang chạy mất hút.

Diệu gọi điện cho anh.

A lô, Anh có đi đến quán cà phê ở đầu hẻm đó không?

Anh đã đến.

Đám ma trong hẻm đã đi qua rồi chứ gì?

Vừa mới đi qua.

Cám ơn anh đã đúng hẹn, My đã gặp anh lần cuối rồi.

Anh không còn nghe tiếng của Diệu trong điện thoại, anh không thấy người đi qua lại, anh chập chờn nghe tiếng của My: "Em thèm có một đứa con ngặm vú mình quá!"

Lão già không chết

Mùa hè ở miền Trung chỉ có gió cát và cơn nắng nắng cháy da. Lão Bụi ngồi bên cửa sổ nhìn ra đường với con mắt kèm nhẹp. Hầu hết người dân ở đây ai cũng có cặp mắt lem nhem như lão, đôi mắt không thể mở to lên được do phải chịu những cơn bão cát từ tấm bé. Con mắt của lão như mắt thần chết, nhưng hàm răng lão lại không mất cái nào. Ai lần đầu nghe lão nghiến răng khi ngủ phải rợn người. Hàm răng lão nhai xương nghe rồm rộp. Người ác miệng nói sau lưng: "lão già nhai hết xương con cháu rồi mới chết."

Năm nay lão Bụi đã ngoài chín mươi, ai đến thăm, hỏi tuổi lão đều xuýt xoa: "Ông thọ quá." Lão hãnh diện với cái tuổi thọ của mình. Hôm nào hứng chí lão kể cho mọi người nghe.

- Tôi đã mua cho mình tất cả sáu cái hòm. Cái hòm thứ nhất tôi đặt làm năm sáu mươi tuổi, hòm làm bằng gỗ căm xe, loại gỗ mối mọt không rớ tới được. Mua hòm chưa được hai năm, con gái thứ hai tôi bị bệnh ung thư chết. Chồng nó than lo bệnh cho nó mà nghèo, tôi thấy vậy cho con gái cái hòm của mình.

Lão thường ngồi ưu tư nhớ lại quảng đời mình. Nếu không tính người mẹ lão yêu thương duy nhất qua đời trên tay lão, kế đến là người vợ được mẹ lão đứng ra cưới hỏi, người vợ của lão bị ho ra máu chết, để lại cho lão ba người con, lão đã chứng kiến thêm sáu người thân yêu bỏ lão ra đi. Và lão đã nhường cho họ hết sáu cái hòm của mình.

Lão luôn khoe với mọi người mỗi khi nhắc đến người vợ đầu tiên: Bà ấy đẹp nhất làng, con trai ai cũng theo bà. Nhưng bà rất hung hổn, chửi tát nước bọn con trai làng, trong đó có tôi. Bà ấy đã chửi vào mặt tôi: "Đồ con không cha, không đáng mặt nhìn, đừng nói là xách dép."

Lão thề sẽ lấy bà ấy cho bằng được để đánh trả thù. Từ thợ phụ hồ, đến thợ xây, chuyển sang thầu xây nhà, năm năm trời lão cày như ngựa, chạy khắp nơi không từ nhà lớn nhà nhỏ. Lão không dám ăn nhậu như cánh thợ xây cùng lứa, một mực dành dụm để dành tiền, theo như lão nói với cánh thợ: "Phải nằm gai nếm mật, để dành tiền trả hận."

Với cái nghề làm thầu khoán lão kiếm tiền dễ dàng, Lão về làng kêu mẹ đi hỏi vợ. Lần đầu nhà gái từ chối. Mẹ lão bảo đi xem mối khác, lão một mực tuyên bố chỉ cưới cô The chứ không cưới ai hết. Mẹ lão khuyên cách nào cũng không được đành muối mặt sang dạm nhà cô The lần thứ hai, cô vẫn từ chối. Lão lại nhắc đến lời thề của mình trước mặt mẹ: "Nhất định con phải cưới nó cho bằng được để trả hận."

Mẹ lão buồn rầu nhìn lão ra đi. Hai năm sau trở về làng, một dịp may đã đến với lão, cha cô The muốn sửa nhà, lão đến tự nguyện sửa giúp, lão chăm chỉ như con tằm, lễ phép, hiền hậu như cậu học trò lễ, cha cô The quí lão như con trai của mình. Xong việc lão không lấy tiền công dù gia chủ một mực nài ép. Lão thỏa mãn khi thấy cô The đã ngoài hai mươi mà chẳng chịu lấy chồng, cô viện cớ cha già không ai chăm sóc.

Thật ra, cánh đàn ông con nhà khá giả trong làng thì chẳng ai muốn hỏi cô, họ chê cô hung dữ, con nhà nghèo. Đám con trai nhà nghèo dạm ngõ thì cô lại chê bai khướt từ. Lão năn nỉ mẹ sang dạm lần thứ ba, mẹ lão khóc ròng nhưng lão vẫn một mực van xin, mẹ lão chỉ có một mụn con, đứa con do lầm lỡ với một người đàn ông có vợ, bà bỏ ngoài tai tiếng cười chê, ôm nỗi nhục nuôi con gần ba mươi năm, cả đời bà đã hy sinh cho con, xá gì việc chai mặt. Lần thứ ba sang xin dạm ngõ, cô The vẫn từ chối. Mẹ lão bệnh liệt giường gần nửa tháng, lão an ủi mẹ: "Mẹ yên chí, chắc chắn con sẽ cưới được con The. Mẹ mau hết bệnh để đi đón dâu." Lão đã đoán đúng, lần này không phải mẹ lão sang cầu hôn cho lão, mà là cha cô The sang xin gả con gái của mình.

Cô The về làm dâu chưa được ba tháng đã chịu hơn mươi trận đòn. Lão tìm đủ lý do để đánh, chậm dọn cơm cho mẹ lão ăn cũng bị đánh, bể cái chén cũng bị đánh, trả treo với lão cũng bị ăn đòn, xách nước để cho mẹ lão trượt chân thì bị nhừ tử. Mẹ lão can ngăn thế nào cũng không được, bà buồn rầu cảnh gia đình của con trai rồi mang bệnh mà chết. Cái chết của bà là lý do để lão đánh vợ thường xuyên.

Năm năm sống chung với lão, vợ lão không nhớ nổi mình đã bị bao nhiêu trận đòn. Một ngày lão nhậu say về lôi vợ ra đánh, lão đánh thẳng tay, miệng nghiến răng nói: "Hôm nay tao đánh cho đến lúc mày biết khóc thì thôi? Mầy là da gì mà đánh không biết đau, không biết khóc?" Và lão lại thua vợ một lần nữa, người đàn bà kiêu hãnh này không bao giờ khóc trước mặt lão.

Sau trận đòn sinh tử đó, vợ lão ngã bệnh, lão rối rít kêu thầy đến chữa bệnh cho vợ, mấy hôm liền vợ lão mê man, khi tỉnh lại nhìn thấy lão ngồi kề bên với gương mặt lo lắng, lão vui mừng khi thấy vợ đã tỉnh, vợ lão cứ nhìn lão trừng trừng, bất ngờ lên cơn ho dữ dội rồi thổ huyết ra đầy người của lão. Vợ lão ra đi một cách nhẹ nhàng, lão ôm vợ khóc như mưa, nhưng cái xác chết người đàn bà đó vẫn lạnh lùng trước những lời khóc kể của lão.

Lão càng lúc càng ăn nên làm ra, lão tuyên bố không cưới vợ nữa, nhưng lão đã cặp rất nhiều người, lão rất hào phóng với những người tình, hầu như người nào lão cũng cho một căn nhà. Lão là người rất sợ chết và càng sợ khi chết không có hòm chôn. Khi cho con gái cái hòm, lão vội đi đặt cho mình cái hòm khác, chưa được hai năm con dâu cả của lão bị tai nạn giao thông chết. lão lại hào phóng cho cái hòm chôn con dâu. Lão đặt cho mình cái hòm thứ ba để rồi chôn người con trai út, người con trai lão thương yêu nhất vì nó chịu theo nghề của lão, nhưng nỗi bất hạnh đã đến khi con trai lão bị té từ trên cao xuống. Cái hòm thứ tư lão gởi ở chùa, lão hy vọng sẽ được nằm vào đó khi chết. Nhưng con gái của một người tình cũ đã đến xin cho mẹ một cái hòm, bà chết trong nghèo khó vì đam mê cờ bạc, lão tiếp tục đóng cho mình cái hòm thứ năm. Ngày mừng thọ lão bảy mươi tuổi, con trai cả lão nhậu say, gây sự với bạn bè, sau một cuộc hỗn chiến không biết ai đã đâm con trai lão chết tốt. Đứa con trai cả không bao giờ yêu thương lão. Lão thường nói với nó: "Mầy thù tao thế mẹ mày hử!" Lão cho con trai cả cái hòm của mình. Lão chán nản không muốn đặt hòm cho mình nữa, nhưng lòng lão không yên, lại đặt cho mình cái hòm thứ sáu. Lão không ngờ cái hòm thứ sáu lại cướp đi đứa cháu nội trai duy nhất của lão. Nó chết bất ngờ vì dùng ma túy quá liều. Người đời mạnh miệng nói. "lão đặt hòm là để con cháu chết thay mình."

Ngày ngày ngồi bên cửa sổ, nhớ về người vợ, lão không biết mình đã trả được hận hay bà ấy chính là người biến lão thành kẻ thua cuộc. Lão nhớ rõ gương mặt lạnh lùng của bà luôn kiêu hãnh nhìn thẳng lão mỗi khi bị lão đánh, lão cố tìm một giọt nước mắt trên gương mặt bà để hả hê nhưng rồi lão điên tiết lên khi thấy gương mặt bà như pho tượng, không một tiếng rên, không một giọt nước mắt khóc cho thân phận.

Lần đầu tiên trong đời lão muốn được chết, lão không còn tha thiết được mồ yên mả đẹp nữa. Lão muốn trốn chạy cái hiện tại đau buồn và muốn quên cái quá khứ thất bại của mình. Lão không ngờ đến cuối đời bà đã dành lấy về mình tất cả những người thân yêu nhất của lão. Lão cảm thấy bà đang hạnh phúc bên con cháu ở một thế giới khác, còn lão nhiều lần muốn được chết theo bà và con cháu, nhưng hình như bà không muốn nhìn thấy lão đặt chân đến thế giới của bà, bà không chấp nhận linh hồn lão nên lão cứ trường thọ theo thời gian.

Tiếng Đờn Nguyệt Chơi Vơi

Chi là người được cưng chìu từ tấm bé. Má chi nói: "Hồi má có bầu con, má bị trợt chân ở sàn nước nên mới có bảy tháng đã đẻ con. Con giống như con mèo, da bụng mỏng thấy cả ruột, má phải lấy khăn quấn chai nước nóng để hai bên hông giữ ấm." Chi èo uột khó nuôi, ba tuổi mới đi, mà lại đi cà dẹo do chân thấp chân cao. Ba má cưng Chi như trứng mỏng, học hết lớp chín ở xã, ba Chi không cho ra huyện học, bắt Chi nghỉ học. Chi cũng không buồn vì nhà ngay chợ xã, má Chi nổi tiếng bà Ba bánh gói, khuya năm giờ dọn hàng ra bán chưa được bảy giờ đã hết bánh, ai cũng hỏi sao không làm thêm, má Chi trả lời: "Làm hổng có nổi." Ba Chi suốt ngày vô trong ruộng vườn, có khi ở lại cả tuần chưa thấy về nhà. Ông nổi tiếng ở xã với ngón đờn nguyệt, cây đờn luôn ở bên ông, chiều nào ông không làm một xị là không chịu nổi, làm một xị là ông có hứng để đờn. Chi cũng mê vọng cổ như ba, ông cười nói: "Ca cho vui thôi con, chân cà thọt sao làm đào được." Má Chi nói: "lúc nhỏ, mỗi lần con khóc dữ quá, ba con lấy cây đờn nguyệt ra đờn, con nín khóc rồi ngủ liền."

Bà năm Thành bị bệnh chết, ba Chi bỏ công việc ra xã đi đám ma, tiếng đờn nguyệt của ông réo rắt suốt đêm, Chi cũng tham gia mấy bài vọng cổ, cháu của bà năm ở xã Tân Quới qua dự đám ma là một tay văn nghệ, hát hay không thua Tấn Tài lại còn biết đờn ghi ta. Ông Ba nói:

Thằng Bảy, mày ca nghe mùi quá, rảnh vô trong ruộng chơi với tao.

Anh Bảy ở Tân Quới mồ côi cha mẹ, ngày ngày chạy chợ xã bán quần áo cũ. Từ ngày gặp ông Ba, anh nghỉ bán đi theo ông làm ruộng, chiều chiều hai người xách đờn, tụ mấy cây văn nghệ trong xóm lại, vừa nhậu vừa đờn ca tới khuya. Không biết có phải tại anh Bảy ca mùi quá hay tại Chi có máu văn nghệ giống ba nên Chi và anh Bảy cảm nhau hồi nào không hay.

Mùng một tết, dân mê đá gà phải vô sâu trong ruộng, năm nay công an xã thông báo cấm đá gà, ông Ba ôm con gà nòi vô ruộng, anh Bảy cũng đi theo phò tá, con gà của ông Ba đá với con gà của chú Tám hiệp đầu tiên. Ông Ba vuốt ve con gà nói:

Hùng Cường, đá cho ngon lành nghe con.

Hai con gà được thả vô sân, con Hùng Cường nhào vô tấn công tới tấp, người đứng coi hô hào dậy trời. Con Hùng Cường đá trúng chổ hiểm của con gà chú tám một nhát máu tuôn xối xả, nó loạng choạng thối lui, con

Hùng Cường anh hùng đứng nhìn không đuổi theo, bà con đứng coi vừa vỗ tay vừa la:

Nhào vô, nhào vô đi.

Đột nhiên có tiếng của một công an xã hô lớn

Ai cho đá gà? Gà của ai để đâu thì để nguyên đó.

Cả trường gà náo loạn.

Công an tới.

Bà con vừa la vừa chạy. Không ai dám mang gà theo, bỏ của chạy lấy người. Trong cảnh thiên hạ quáng quàng, ông Ba vẫn một mực coi trọng con gà nòi hơn sự an nguy bản thân, chạy lại ẵm con Hùng Cường vô lòng vuốt ve trìu mến nói:

Con giỏi lắm.

Anh công an xã quát.

Ông già để con gà xuống.

Chú muốn phạt bao nhiêu tôi đóng, còn con gà này không có tội.

Tui nói ông để con gà xuống có nghe không?

Chú bắt tội thì bắt người chứ sao bắt con gà.

Công an xã lên đạn, để súng ngang đầu ông Ba hăm dọa:

Ông để con gà xuống chưa? tui bắn bể đầu ông bây giờ.

Chú giỏi thì cứ bắn.

Đùng! Tiếng súng nổ làm mọi người quay đầu lại, bà con nghe tiếng anh Bảy la thất thanh:

Bà con ơi, bác Ba bị bắn rồi.

Ông Ba đang dãy dụa trên tay của anh Bảy, đầu ông bê bết máu, anh công an xã tay chân run rẫy, mặt tái xanh.

Đám ma ông Ba lớn chưa từng thấy, bà con ở các xã kế bên cũng kéo sang đi đám, họ sang vì hiếu kỳ cũng có, vì tình nghĩa với ông Ba cũng có. Mà phải thôi, mấy mươi năm ông đã đi không biết bao nhiêu đám ma, cho dù ở khác xã nhưng chỉ cần người chết là bạn của các tay văn nghệ ông quen thì ông có mặt. Có người còn tới đám ma ông để tỏ lòng cảm phục nghĩa khí của một tay chơi gà. Đám ma ông đầy đủ hỉ, nộ, ái, ố. Đám ma mà đông vui như đám hát đình, bà con trong xã kéo đến đông nghẹt nghe hát hai đêm văn nghệ cây nhà lá vườn. Đám bạn hữu đá gà thì ca lên những lời căm hờn ai oán, cánh văn nghệ trẻ đang lên thì chọn tân cổ giao duyên những chuyện tình ướt át, dân xỉn ngoắt cần câu thì lè nhè ca không đầu không đuôi.

Gia đình anh công an xã qua van xin bà Ba bãi nại, họ thề bán mạng là do súng cướp cò chứ không phải muốn giết ông Ba, họ nói có thù oán gì với ông đâu. Bà Ba tin lời, bà ký giấy bãi nại. Anh Bảy và Chi không chịu. Anh Bảy nói:

Bác ba không biết, tay công an này đã vô ruộng coi con Hùng Cường đá xổ, ngồi tấm tắc khen dữ lắm. Nó muốn cướp con gà của Bác Ba đó.

Bà Ba vừa khóc vừa chấp tay đứng trước bàn thờ của ông Ba vái lạy:

Ông tha tội cho người ta nghen ông. Nó có ở tù suốt đời ông cũng không sống lại được.

Chi phẩn uất nói:

Ba con chết oan mà.

Bà ba run rẩy, lắc đầu nói:

Con đừng nói oán mà ba con không siêu thoát.

Từ ngày ba Chi chết, một tay anh Bảy lo chuyện ruộng nương, không biết có phải tại nhà cảnh mẹ góa con côi hiu quạnh hay tại Chi đang buồn tủi chuyện mất cha, ngày nào Chi cũng kêu anh Bảy đờn cho Chi hát, cây đờn của ông Ba treo giữa bàn thờ của ông, lúc sinh thời ông ghét chuyện chụp hình nay chết không có một tấm hình để thờ, bà Ba nói:

Thấy cây đờn nguyệt là thấy ba con.

Chi ngủ thường mơ nghe tiếng đờn nguyệt của ba, mỗi lần nghe như vậy Chi hay nói trong mê sảng:

Ba đờn cho con hát hả ba?

Bà Ba nghe vậy liền lay Chi dậy nói:

Con thấy ba về phải không?

Ông Ba chết chỉ còn một năm nữa là mãn tang, Chi và anh Bảy sẽ làm đám cưới. Mấy tháng nay Chi qua Cần Thơ học nghề uốn tóc, ở tiệm ai cũng khen Chi đẹp, Chi mắc cở nói:

Tôi tật nguyền mà đẹp cái nỗi gì?

Anh Được, thợ chính trong tiệm nói:

Trời ơi, ai nói em tật nguyền, đi nghiêng thêm duyên chớ nhằm nhò gì. Mà em hát vọng cổ hay dữ lắm đó, khi nào anh lên Sài Gòn em theo anh lên thử giọng, anh cam đoan mấy quán hát với nhau nhận em liền.

Chi nghĩ anh nói nịnh thôi chứ làm gì người ta cho Chi hát, nhưng anh cứ nài nỉ hoài.

Em thử thời vận một lần đi, quán này của dì anh, anh gởi gắm cho.

Chi cũng muốn đi Sài Gòn một chuyến cho biết, chưa bao giờ Chi được đi lên đó. Chi đắn đo suy nghĩ mấy đêm liền bởi mình luôn mang mặc cảm tật nguyền.

Ở Sài Gòn, chiều đầu tiên trước khi đi hát, chị Hoa Lan đến trang điểm cho Chi, từ nhỏ đến lớn chưa lần nào Chi được trang điểm như vậy, Chi cứ đứng trước kiếng nhìn mình trong gương không thấy chán, chiếc áo của chị Hoa Lan cho mượn cổ khoét sâu quá Chi cảm thấy mắc cở, nhưng khi đứng một mình soi gương Chi tự thấy hãnh diện, Mùi nước hoa thơm thoang thoảng làm cho Chi có cảm tưởng như mình đang thay da đổi thịt.

Lần đầu tiên hát được khán giả tặng hoa Chi xúc động chảy nước mắt, Chi hát say sưa nhiệt tình hơn bao giờ hết, tiếng vỗ tay vang dội trong quán, tiếng bis - bis bên tay làm cho Chi ngất ngây.

Bà chủ quán không phát lương nhưng tiền bo trong hoa chia ra Chi cũng được nhiều. Dì Hai chủ quán nói:

Tiền bo không sao đủ tiền ăn diện con. Tối nay khách mời xuống bàn, con xuống nói chuyện với họ một chút, họ bo riêng cho con nhiều lắm.

Lần đầu tiên Chi uống rượu, cổ Chi như có lửa đốt, may là chỉ nhấp môi vậy mà về nhà trọ Chi như người đi trên mây. Ba Chi mỗi lần uống rượu thì phải đờn ca còn hôm nay Chi muốn được ca thì phải uống rượu.

Từ ngày gặp chị Hoa Lan, thấy mặt của chị Hoa Lan có một vết sẹo vắt ngang gò má trái, Chi chưa dám hỏi vì sao có vết sẹo đó, không biết hôm nay có phải vì rượu mà Chi mở miệng hỏi:

Vì sao mặt chị có sẹo như vậy?

Chị Hoa Lan trả lời như không:

Bị đánh ghen?

Chi như người tỉnh rượu nói lớn:

Người đàn bà độc ác.

Chị Hoa Lan cười thản nhiên. Chi ngạc nhiên hỏi:

Chị không oán giận họ sao?

Chị Hoa Lan nói:

Có oán họ mình cũng không lành lặn lại được.

Chi nhìn chị Hoa Lan và nhớ đến má mình, hai người đàn bà không ở gần nhau mà sao giống nhau quá, Chi nhận ra má và chị Hoa Lan rất thanh thản khi nhìn vào nỗi đau của mình. Chỉ riêng Chi lúc nào nhớ đến nỗi đau là lòng thù hận dâng cao. Nhìn vết sẹo của chị Hoa Lan, Chi tự hỏi. Đêm nay ngồi uống rượu, có phải mình đang bắt đầu gieo ân oán không? Chi thấy rợn người. Chi lại nhớ đến những tràng pháo tay không nghỉ, nhớ đến lời khen của mấy người khách ái mộ, lòng Chi lại rộ lên niềm kiêu hãnh.

Chi nhớ đến ba, nhớ anh Bảy, Chi nhớ má và thèm ăn cái bánh gói chan nước cốt dừa của má. Bỗng nhiên, Chi nghe tiếng đờn nguyệt của ba văng vẳng bên tay, tiếng đờn sao chơi vơi quá. Chi thấy ức lòng khi đêm nay mình không chịu uống cho thật say, Chi cần được say để không phải suy nghĩ đến chuyện của ngày mai.

Người đàn bà ngu khờ

Huyền nhớ lại người đầu tiên nổi cơn thịnh nộ mắng chửi mình là đồ ngu như bò, đó là cậu Ba, em bà con bạn dì với má Huyền. Năm Huyền mười sáu tuổi, cậu ba kêu sang phụ giúp việc nhà. Không biết cậu Ba làm ăn ra sao mà gây nợ tứ tung. Cậu đem Huyền gá cho một thương gia đứng tuổi để trao đổi cái gì đó. Huyền chỉ đoán lờ mờ khi ông Tàu già nói:

Nị là cứu tinh của cậu nị.

Huyền không biết ông từ đâu tới, ông tên gì, làm nghề gì. chỉ ngoan ngoãn theo ông khi cậu Ba ra lệnh. Ông mướn một căn nhà nhỏ trong xóm nghèo ở gần chợ Bình Thới, phía sau chùa Sùng Đức. Có khi hai ba ngày ông mới ghé thăm Huyền, chỉ ở một vài tiếng rồi đi ngay. Trước khi để ông chở Huyền đi, mợ Ba kêu Huyền vô phòng đưa cho mấy hộp thuốc, dặn kỹ cách uống, mợ Ba dặn đi dặn lại nhiều lần rồi còn gặn hỏi: "Có nhớ không?" Huyền gật đầu tỏ vẻ rất nhớ mợ mới yên lòng. Nhưng từ khi theo ông về Bình Thới, Huyền chưa hề uống một viên thuốc nào, Huyền vốn rất sợ thuốc, phải khi bị bệnh ngồi dậy không nổi mới ráng uống một liều, nhưng khi đã ngóc đầu lên được thì lén liệng thuốc hết. Có lẽ trời thương nên bệnh gì rồi cũng qua.

Cuộc sống làm vợ lẻ thật buồn chán, ngày ngày Huyền sang nhà chị Hai ở gần bên se nhang, hai chị em dễ kết thân nhau. Chị khuyên Huyền nên xin chồng cho học một cái nghề để sau này nuôi thân, chị nói:

Cuộc đời không biết trước được đâu em. Chị đây đã lớn tuổi, chị có ruộng vườn dưới quê, còn em thì còn trẻ lắm.

Huyền nghe lời chị Hai xin ông Tàu cho đi học may. Huyền ở Bình Thới được hơn ba tháng, mợ Ba ghé ngang đưa thêm mấy hộp thuốc, Huyền ngoan ngoản cầm nhưng cũng không uống.

Đã hai tuần ông Tàu không ghé thăm. Chiều nay chị Hai hỏi:

Em có bầu mấy tháng rồi Huyền?

Huyền ngạc nhiên nhìn chị Hai nói:

Em đâu có bầu.

Chị Hai cười nói:

Em có bầu rồi đó, khờ quá vậy.

Đêm nằm suy nghĩ, Huyền cảm thấy lo lắng khi biết mình sắp có con. Thời gian gần đây Huyền thấy mình ăn nhiều, người mập ra chứ nào biết mình đang có bầu. Mợ Ba đến, nhìn Huyền mợ Ba kêu trời. Hỏi Huyền:

Con có uống thuốc mợ đưa không?

Huyền lúng túng thú tội:

Dạ không. Con sợ thuốc lắm.

Mợ về nói cho cậu Ba biết, cậu Ba đến chửi Huyền không thương tiếc, trước khi về ông còn quay lại nói:

Đồ ngu như bò.

Huyền chuyển dạ, không có ai bên cạnh, chỉ có chị Hai, Huyền sanh được một bé trai ngay ngày 30 tháng 4 năm 1975. Huyền đặt tên là Hòa Bình. Từ lúc sinh con đến nay đã hơn ba tháng, ông Tàu vẫn không thấy đến. Huyền không dám về nhà cậu Ba. Sau khi chị Hai về Cần Thơ, Huyền đành bồng con về Gò Vấp tìm bà Hai. Bà Hai đã nghe cậu Ba "kể tội" Huyền, nhưng khi thấy cháu ngoại lại thương. Thằng Bình mới được bốn tháng tuổi nhưng rất bụ bẩm, dễ thương. Hằng ngày Bình ở nhà với bà Hai, còn Huyền đem chiếc bàn máy may ra đầu chợ nhận may, vá, sửa quần áo cũ. Tiền công cũng tạm đủ cho hai mẹ con lây lất qua ngày.

Sau năm bảy mươi lăm ai cũng khổ. Huyền ngồi sửa áo dài của những người mẹ thành những chiếc áo ngắn cho đứa con gái, Huyền thấy xót xa tiếc nuối, Huyền nhớ mình rất thích áo dài nhưng chưa một lần được mặc nó. Nay cầm áo trên tay để rồi tự mình cắt bỏ hai tà áo của người mẹ làm hai thân áo cho con, chiếc áo màu tím than rất đẹp, vậy mà phải sửa lại thành chiếc áo tay phùng cho đứa bé mới mười tuổi. Nhìn cái màu tím u buồn Huyền thấy thương cho con bé, Huyền chạy về bà chủ dạy may, xin một mớ vải vụn, Huyền lựa được một đoạn vải vụn màu cánh sen đem viền cho chiếc áo màu tím để cho vơi bớt đi nỗi u uất. Có chiếc áo màu nâu như chiếc áo của ni cô, Huyền cố công tìm được khúc vải vụn màu vàng viền lên cho sáng. Có người mẹ nhìn chiếc áo dài của mình nay trở thành những chiếc áo của con gái, nước mắt rơi mà miệng cười mãn nguyện.

Bình đã vào mẫu giáo, ngày nào về cũng ca hát cho ngoại và má nghe. Huyền yêu con với tình yêu vô bờ bến. Huyền thấy cuộc sống hạnh phúc biết bao. Bà Hai cũng vui vẻ hơn mặc dù cuộc sống có kham khổ. Bình đã biết nịnh má và bà ngoại, chiều nào cũng đòi đấm lưng cho má và bà ngoại. Khi Huyền hỏi Bình:

Con có thương má không?

Bình trả lời:

Con thương má nhất trên đời.

Bà Hai nghe vậy hỏi:

Vậy con không thương ngoại hả?

Binh nhanh nhẩu nói:

Con thương má và ngoại bằng nhau.

Có lần Bình đi học về kể:

Má ơi, hôm nay cô giáo hỏi con: "Ba con đâu"

Huyền bối rối, hỏi lại con:

Rồi con trả lời sao?

Con nói: "Con không biết". Rồi cô Lan nói với cô bảo mẫu là: "Chắc đi học tập cải tạo rồi".

Huyền chảy nước mắt, ôm con vào lòng, Huyền nói:

Cô con nói đúng đó, Ba con đi học tập rồi.

Bình hỏi mẹ.

Học tập là sao hả má?

Là đi học như con vậy, nhưng người lớn học xa lắm.

Chiều nay về, nhìn bà Hai ngồi rầu rĩ, Huyền hoảng hồn hỏi:

Thằng Bình đâu má?

Bà Hai òa khóc:

Cậu Ba dẫn nó đi rồi.

Huyền hét lên:

Dẫn nó đi đâu?

Bà Hai nín khóc, kéo Huyền lại nói nhỏ:

Đi vượt biên với gia đình cậu Ba.

Huyền đau đớn nói trong uất nghẹn:

Trời ơi. Sao má làm vậy. Má đã giao con cho cậu Ba, để con phải lỡ duyên lỡ phận. Bây giờ má lại để cậu Ba bắt mất con của con. Tại sao vậy?

Bà Hai khóc thút thít, nói:

Cậu Ba qua đây từ giã Má để đi vượt biên, cậu Ba nói để chuộc lỗi lầm với con, cậu Ba dẫn thằng Bình theo, có gì sau này con có mà nhờ.

Huyền khóc ngất. Nói trong nước mắt:

Con không cần nhờ nó. Con chỉ cần có con bên cạnh thôi.

Bà Hai nói giọng cứng cỏi:

Để nó ở đây đặng nó khổ sở như mẹ con mình hả. Phải nghĩ đến tương lai của nó chớ.

Huyền im lặng không khóc. Huyền ngồi bất động đến khi trời tối hẳn, bà Hai cũng không buồn đốt đèn. Hai người đàn bà ngồi trong bóng tối, mỗi người chạy theo suy nghĩ của mình. Chợt Huyền lên tiếng:

Má nói đúng. Vì tương lai của thằng Bình con đành chịu mất con.

Hai người đàn bà ôm nhau khóc nức nỡ.

Hai mươi năm trôi qua. Huyền chỉ được một tấm ảnh Bình đang ôm con gấu ở trong phòng ngủ của nó, và một tấm chụp chung với gia đình cậu ba ở ngoài sân vườn nhà cậu. Rồi từ đó bặt tăm, mỗi năm có người đem tiền lại nhà một lần, báo tên người gởi là mợ Ba. Huyền lấy tiền đi làm từ thiện hết. Bà Hai Thấy vậy rầy la Huyền:

Sao con không để phòng thân, đi cho từ thiện hết vậy.

Con còn hai tay, nuôi má và nuôi con nổi. Con làm từ thiện để cầu an, cầu phước cho thằng Bình.

Lần đầu tiên cậu Ba về Việt Nam. Vừa gặp mặt cậu Ba, Huyền đã vội hỏi:

Thằng Bình đâu cậu Ba?

Nó đang đi lính Mỹ, sang năm mới giải ngủ. Khi nào nó giải ngủ, tao kêu con vợ nó dạy cho nó nói tiếng Việt rồi mới dẫn nó về Việt Nam.

Huyền nhìn cậu Ba căm phẫn nói:

Tại sao nó quên tiềng Việt.

Cậu Ba suy nghĩ một lúc rồi nói:

Lúc qua tới Mỹ, thằng Bình mới có ba tuổi, cậu cho nó ở với gia đình một người Mỹ để nó dễ hội nhập.

Cậu nói láo. Cậu trút gánh nặng sang cho người khác. Cậu cướp con của con để rồi đem cho người ta nuôi, làm cho nó bị mất gốc mất cội. Con không bao giờ tha thứ cho cậu.

Khi ra khỏi nhà, cậu Ba nói với má Huyền.

- Tôi tưởng dẫn thằng Bình đi để nó được thảnh thơi làm lại cuộc đời. Ai dè nó ngu quá, chỉ biết làm chuyện bao đồng. Tiền của vợ chồng tôi làm cực khổ mà nó đem cho từ thiện hết.

Đã ba năm trôi qua, Cậu Ba không liên lạc với gia đình Huyền, Huyền mong ngóng từng ngày tin con nhưng cảm thấy tuyệt vọng theo thời gian.

Bình bây giờ có tên là Jonh. Lisa Tran, vợ Bình có cha là người Hoa ở Chợ Lớn, mẹ là người Việt nên nói tiếng Việt rất rành. Bình không nhớ rõ hình ảnh người mẹ và bà ngoại, ký ức tuổi thơ mù mờ. Ba mẹ Lisa Tran luôn hối thúc Bình tìm về cội nguồn. Bình không tích cực tìm kiếm bởi anh không còn nhớ đến tiếng Việt. Lisa Tran phải trực tiếp đi tìm cội nguồn cho chồng. Khi gọi điện thoại cho cậu ba hỏi thăm tin tức mẹ chồng mình. Cậu ba không trả lời, chỉ nói với Lisa rằng.

Mẹ nó là người đàn bà ngu khờ.

Mợ Ba đã lén cho Lisa Tran địa chỉ của bà Hai.

Khi cậu Ba biết chuyện đã chửi mợ Ba:

Tôi không ngờ bà cũng ngu như mấy người đó. Bộ bà tưởng tôi dẫn con nó theo để chuộc tội thiệt sao.

Mợ Ba hỏi:

Vậy chớ ông dẫn nó theo để làm gì?

Để sau này có người nuôi mình. Nhưng không ngờ nuôi một thằng nhỏ quậy quá.

Ngày đầu tiên gặp nhau sau hai mươi mấy năm xa cách, Huyền rất vui vì Bình vẫn nhớ má và Ngoại. Bình chạy đến ôm má rồi ôm ngoại nói:

Con nhớ má, nhớ bà ngoại.

Huyền ôm con vừa khóc vừa nói:

Hãy tha thứ cho má, má đã không nuôi con, để con phải làm con nuôi của người ta.

Bình không hiểu hết câu nói của Huyền, Lisa Tran phải dịch lại cho Bình nghe. Bình bảo vợ nói với má là:

Con không giận má đâu, con thương má và bà ngoại lắm.

Lisa Tran nói với Huyền:

Bây giờ đoàn tụ rồi, Má và bà ngoại hãy vui mừng lên.

Lisa rất vui vẻ, nói năng tự nhiên, không ra vẻ Việt Kiều. Huyền thấy ấm lòng khi thấy mình và con dâu không có sự ngăn cách. Lisa nói:

Anh Bình bây giờ đã thay đổi họ tên nên bảo lãnh má và bà ngoại rất khó. Nhưng chắc chắc sẽ bảo lãnh được.

Huyền vội nói:

Không cần bảo lãnh ngoại với má đâu con. Hai con sống hạnh phúc với nhau là má vui rồi.

Lisa Tran nói:

Má và Ngoại phải qua Mỹ ở chứ.

Huyền nước mắt lăn dài, nói trong uất nghẹn.

Những năm tháng con nó cần có má bên cạnh, má lại vô trách nhiệm để con bơ vơ sống với người lạ. Con không giận má, má cám ơn nhiều lắm. Nay con đã trở thành con đại bàng, có lý nào má lại đeo chân con.

Lisa nói:

Má đừng nói vậy. Nhờ có ngày ấy mà cuộc đời Jonh mới được như ngày nay.

Huyền lắc đầu nói:

Vật chất không phải là tất cả. Má biết trong ký ức tuổi thơ của Bình đã bị tổn thương rất nhiều. Má và ngoại đã già, không thể hội nhập nơi xa lạ. Cứ để má và ngoại sống ở đây, vật chất có thiếu thốn, nhưng tinh thần luôn được hồi nhớ về quá khứ. Người già sống bằng quá khứ con à.

Lisa Tran dẫn bà hai và Huyền đi may áo dài. Bà Hai đòi mua gấm chữ thọ màu xanh. Bà nói:

May cái áo này ngoại bận chụp hình để sau này thờ ngoại.

Còn Huyền lấy xấp vải màu nâu. Lisa Tran hỏi:

Sao má lấy cái màu này tối quá.

Huyền nói:

Má muốn được mặc chiếc áo dài đầu tiên trong đời đi lễ Phật.

Huyền cầm xấp áo dài trên tay, nhớ đến những tà áo dài ngày nào mình cắt đoạn.

Những sợi tơ già

Kiều là con một, lúc mới sanh ông nội đặt tên là Thúy Kiều. Ba Kiều nói:

Sao Tía đặt tên Kiều, để cả đời nó lận đận sao?

Ông nội hứ một tiếng rồi nói:

Tao thấy tên đẹp thì đặt, bày đặt tin dị đoan.

Năm Kiều ba tuổi ba bị bệnh qua đời, bà Tư ở lại nhà chồng làm dâu thêm năm năm thì bên ngoại kêu về chia ruộng đất, bà Tư được chia năm công vườn và năm công ruộng, Bà vội xin bên chồng được dẫn con về bên ngoại làm ăn, ông nội Kiều đồng ý, ông cho người sang cất cho bà Tư một căn nhà nhỏ lợp ngói, vách ván. Bà Tư vừa làm ruộng vừa làm vườn nuôi con, khi Kiều học hết cấp hai đòi sang Cần Thơ học cấp ba, bà Tư cho Kiều sang Cần Thơ ở trọ đi học. Kiều như cá gặp nước tha hồ đi chơi ăn diện như gái ở thị thành. Hết năm lớp mười, Kiều kêu bà Tư đưa cho mình năm chỉ vàng đi lên Sài Gòn học nghề uốn tóc, đi chưa được ba tháng Kiều trở về khóc lóc với bà Tư.

Má ơi, con lỡ dại mà bây giờ không ai chịu nhận hết.

Bà Tư thương con, giận cho mình quá dễ dãi để đời con bây giờ phải khổ. Bà chấp nhận tiếng xấu bắt Kiều ở nhà chờ ngày sinh nở. Khi hay tin Kiều sanh một đứa con gái ông nội Kiều nói:

Con không cha như nhà không nóc.

Con gái Kiều được đặt tên là Huệ, một tay bà Tư ẵm bồng chăm sóc, khi Huệ được năm tuổi, Kiều để con cho bà Tư, đi theo bạn bè xuống Rạch Giá làm ăn. Kiều gá nghĩa với một dân chài ở đây, Năm Tây chưa vợ nhưng nổi tiếng thay tình như thay áo, anh luôn tìm những cô gái đẹp chài mồi hứa hẹn sẽ dẫn cho đi vượt biên rồi khi chán chê bỏ con người ta một cách phủ phàng. Kiều chân ướt chân ráo theo bạn bè xuống Rạch Giá mở quán cà phê chưa được mấy tháng đã sa vào tay của Năm Tây, những người bạn làm ăn với Kiều không biết có ai bị Năm Tây lừa gạt chưa mà từ từ họ bỏ về quê hết, chỉ còn Kiều trụ lại cái quán cà phê.

Từ ngày gá nghĩa vợ chồng với Kiều Năm Tây không dám cua gái công khai, dân chài ở xứ này đưa lưng cho gió biển, khi vào đất liền là tụ tập nhậu nhẹt, cà phê, đánh đề, mua vé số làm niềm vui. Cả đời lam lũ mà nghèo vẫn cứ nghèo nên cố bám víu vào sự may rủi hy vọng có ngày đổi đời. Năm Tây dẫn bạn dân chài về quán mình, Kiều thầu ghi đề, bán vé số, sau đó nộp phơi cho chủ thầu đề ăn hoa hồng. Từ ngày ông Tám trúng một tờ vé số độc đắc dân xóm chài đổ xô mua vé số, đánh số đề, Kiều làm ăn khá hơn trước. Kiều sống ở

Rạch Giá được năm năm nhưng cũng chỉ đủ ăn và đủ tiền cho Kiều đánh tứ sắc mỗi ngày, Năm Tây bày vẽ Kiều về quê kiếm vốn lên tự thầu để may ra mới giàu được, Kiều nghe êm tai vội về quê bắt bà Tư bán ruộng vườn lấy tiền đưa cho mình đi Rạch Giá làm ăn. Bà Tư bấm bụng nghe theo giao giấy tờ ruộng đất cho Kiều làm gì thì làm, Kiều bán đi năm công ruộng và bốn công vườn chỉ chừa lại một công vườn quanh nhà rồi ôm tiền đi xuống Rạch giá .

Bà Tư không còn ruộng còn vườn, mỗi đêm bà thức dậy lúc một giờ sáng đánh bánh lọt, bánh lọt của bà được làm bằng gạo ngon, gạo ngâm với nước tro gòn và vôi Càn Long, sau đó tẻ nước thật kỹ mới đem xay thành bột, bà chia làm hai phần, phần bột trắng để thấy sự trong vắt của con bánh lọt, phần còn lại bà xay lá dứa trộn vô bột có màu xanh mượt. Khi đánh xong bánh lọt bà Tư nạo dừa vắt lấy nước cốt, đường cát trắng bà thắng với một bó lá dứa thơm lừng.

Làm xong là trời gần sáng, bà Tư đưa bánh lọt xuống ghe chèo ra chợ xã. Chú Tám Đề Bô thấy bà vội đem qua một góc nước đá, bà Tư vứa múc bánh lọt vứa đập nước đá liên tục không nghỉ tay. Cả chợ xã ai cũng ghiền bánh lọt của bà Tư, nó không mềm mà dòn, cọng bánh lọt không đục mà trong vắt, nước cốt dừa của bà không thắng để sống béo ngậy, ăn muỗng bánh lọt vào miệng thấy vừa dòn vừa dai, vừa béo vừa ngọt và thơm lừng mùi lá dứa, bà Tư bán chưa được bảy giờ đã hết ghe bánh lọt.

Bà Tư bán bánh lọt nuôi cháu ngoại được hai năm thì nghe tin dữ, Kiều thầu đề vỡ nợ bị bắt giam. Từ đó mỗi ngày sau khi bán xong bánh lọt bà vội về làm một mâm bánh tằm để trưa mang đi bán dạo, hai bà cháu phải sống dè xẻn để dành tiền đi thăm nuôi Kiều, bà con trong xóm ai thấy cũng tội nghiệp cho Bà Tư, họ nói kiếp trước bà mắc nợ Kiều kiếp này bà phải làm trả nợ.

Không biết từ bao giờ, cái tên xóm Đài Loan ai ai cũng biết tới. Nhà dì Bảy gả con gái thứ hai sang Đài Loan chưa được hai năm mà đã cất nhà lớn. Bây giờ xóm đã lên đời, xa xa, gần gần nhà lớn màu mè lòe loẹt. Phong trào lấy chồng Đài Loan lại tạo cơ hội cho Kiều. Huệ, con gái Kiều mười sáu tuổi, chưa đủ tuổi làm hôn thú, Kiều nghe theo lời bày vẽ của người đi trước bắt Huệ đi học tiếng Hoa, bà Tư và Huệ phản đối dữ dội nhưng Kiều vẫn kiên quyết. Kiều mong ngóng từng tháng từng ngày, khi Huệ vừa đủ tuổi Kiều dẫn con đi giao cho mối lo gả chồng Đài Loan.

Đi trình diễn lần đầu Huệ đã "đậu", Huệ được một người Đài Loan bốn mươi tuổi chọn. Sau đám cưới Huệ đi sang Đài Loan, tiền cưới còn lại bao nhiêu Kiều cất giữ hết, Kiều chỉ biết đi đánh bài và ngày ngày mong chờ tin của Huệ ở xứ Đài. Chồng của Huệ làm công nhân nên Huệ được chồng xin cho vào công ty của mình làm, lãnh lương tháng đầu tiên Huệ vội gởi tiền về cho má và bà ngoại. Kiểu mừng ra mặt đi khoe khắp xóm, bà Tư thì ngồi khóc, miệng nhai trầu than thở, lo sợ cháu ngoại có một thân một mình nơi xứ người không ai giúp đỡ.

Mỗi lần Huệ gọi điện về bà Tư ríu rít hỏi: "Con có khỏe không, chồng con có lo cho con không, lúc này con mập hay ốm. Đừng gởi tiền cho ngoại, ngoại còn đi mua bán được." Còn Kiều chỉ hỏi: "Con làm lương được bao nhiêu, gởi thêm ít tiền cho má. Con của bà hai Tánh vừa gởi cho bả cả trăm triệu. Cháu ngoại bà năm Lúa mới gởi tiền về cho bả mua truyền hình, đầu máy." Huệ gọi điện về báo tin mình có thai bà Tư vừa mừng vừa lo ngủ không được, Kiều thì bực mình ra mặt, lầm bầm: "Thứ đồ ngu, mới qua chưa làm ăn gì lại lo đẽ."

Kiều ngồi thừ người ra. Kiều không hiểu tại sao con mình lại thay đổi tánh tình như vậy. Hôm nay nó điện thoại về hỏi Kiều:

Má thương con hay má thương tiền?

Thời gian gần đây nó gọi điện thoại về chỉ nhằm nói chuyện với bà ngoại, tiền gởi về nó chia ra phần của Kiều lúc nào cũng ít hơn của bà Tư, mặc dù Huệ biết sau đó bà Tư cũng đưa cho Kiều cất giữ hết. Hay nó đang cân đo công nuôi dưỡng, Kiều giao Huệ cho má nuôi dưỡng từ lúc nhỏ, chắc nó thương bà ngoại hơn thương mẹ. Lòng Kiều dâng lên nỗi sợ, Kiều sợ bà Tư chết bất tử thì chắc Huệ sẽ bỏ mình.

Bà Tư chỉ bị cảm mà Kiều đã lo rối rít, lối xóm ai cũng ngạc nhiên, lần đầu tiên Kiều tự ý đi nấu cháo thịt bầm và mang đến tận giường bắt bà Tư phải ăn cho hết chén cháo. Bà Tư ăn xong chén cháo người đổ mồ hôi đầm đề, bà thấy người khỏe hẳn. Kiều tự tay lấy thuốc đưa cho bà Tư uống. Kiều lo cho bà Tư mà lòng không khỏi bực tức, ức lòng khi Bà vẫn từ chối những lời Kiều xúi xin Huệ tiền sắm sửa nhà cửa. Kiều lo lắng quan tâm săn sóc cho bà Tư nên có người cho rằng Kiều muốn bán luôn cái nhà của bà Tư, có người nói, người già không biết trước được, có lẽ bà Tư đã gần đất xa trời nên khiến Kiều thay đổi tính tình, biết lo cho bà Tư, người tin vào đạo lý làm người thì cho rằng ông trời ngó lại nên bà Tư được sống những ngày hạnh phúc của tuổi già.

Hàng ngày bà Tư vẫn ngồi đánh những con bánh lọt bên xanh bên trắng để tạo thành một món ăn ngon mà cả chợ xã ai ai cũng ghiền, ai ai cũng sợ bà không còn đủ sức để làm bánh lọt nữa. Cả đời bà Tư lam lũ không biết khổ cực là gì, sướng hay khổ bà không quan tâm, bà như con tằm đang cố nhả hết những sợi tơ già của cuộc đời mình.

Đêm động phòng với biển

Em ngồi ngay ngạch cửa chầm nón như chiếc lá khô lìa cành. Em có nước da ngăm đen mặc dù suốt ngày không hề bước chân ra khỏi nhà, gương mặt em đầy những vết rỗ, con mắt một mí ti hí không muốn mở ra, cái mũi gãy chỉ có hai cánh mũi nhô lên trông thấy cả bên trong, nhưng em có cái miệng rất đẹp lúc nào cũng hé nụ cười, hàm răng trắng đều, đầu lưỡi cứ thập thò như chờ đợi chào đón một cái gì đó thật mãnh liệt. Em ngồi chầm nón kế bên mẹ lầm lũi như phải chịu đựng cho đến tối, xong cơm nước em lại ngồi xuống bên ngạch cửa lắng nghe chương trình ti vi nhà bên cạnh, em cười mỉm rồi lại buông tiếng thở dài, không biết em lo sợ làm mẹ giật mình hay đang nén lòng trước những cảm xúc trong lòng.

Một buổi tối người ta thấy em một mình đi ra phía biển, đi lặng lẽ như người vô hồn, đến bãi biển em tìm một chỗ vắng vẻ ngồi nhìn ra biển một cách say sưa như nhìn lên màn hình xem một phim hay đầy cảm xúc, nước biển dâng lên ướt cả chân mà em không hề lay động. Bỗng có một tiếng rên nho nhỏ, em ngoái đầu lại nhìn, em thấy có cặp tình nhân đang ngồi gần bên, em bối rối nhưng không thể rời mắt lén nhìn những cảnh âu yếm của họ, tay em run lên và cảm thấy thừa thãi, em hốt vội nắm cát bóp mạnh, đầu nghiêng nghiêng nhìn xuống cát nhưng ánh mắt không hề rời khỏi đôi tình nhân, họ đang hôn nhau thắm thiết, tay họ quấn chặt lấy nhau như những con trăn đang xiết mồi. Em bối rối hốt lên một đống cát ướt và lấy tay xoay, đắp thành một mô đất hình xoắn ốc, rồi lại lén nhìn lên phía đôi tình nhân, họ vẫn không rời nhau. Người em nóng ran, sống lưng như có con gì đang bò, em cảm thấy khó thở. Em tiếp tục đắp cát và lén nhìn đôi tình nhân yêu nhau. Em thở hổn hển như không thể chịu nổi, vội đứng lên và chạy nhanh xuống biển, sóng biển đánh mạnh vào người em, nước biển tung tóe lên mặt, em nhắm mắt lại mặc cho nước biển tạt vào mặt và cảm thấy người lâng lâng như đang được ai đó mơn trớn trên gương mặt mình.

Em bước chân vào nhà đã thấy mẹ ngồi chờ, bà lạnh lùng nói: "Mầy xấu như quỷ, đừng hòng đi kiếm trai con ạ." Em không buồn trả lời bà, lặng lẽ đi tắm, xối gào nước lạnh vào người em cảm thấy như tê dại, không tìm được cảm giác lâng lâng như ở bãi biển, em thở dài và mặc vội quần áo vào.

Em ngồi bên ngạch cửa, đầu óc đang quay lại những hình ảnh của đôi tình nhân trên bãi biển, em nhắm mắt lại và hồi tưởng một cách say mê, lòng dâng lên nỗi rạo rực. Em đứng dậy, khép hờ cánh cửa và nhẹ nhàng bước ra khỏi nhà. Biển hôm nay động mạnh sóng đánh vào từng đợt dữ dội, gió biển thổi ào ào rát mặt, đôi tình nhân càng quấn chặt lấy nhau hơn. Tóc của em bay xoáy theo gió rối bời, trong ánh sáng lờ mờ em giống như một bóng ma. Em ngồi đắp cát và nhìn những con dã tràng xe cát, lúc ở nhà em rạo rực muốn đến đây để nhìn trộm những đôi tình nhân nhưng bây giờ lại không thấy hứng thú nhìn họ nữa. Em khát khao có được cảm xúc đó bằng chính thân thể của mình. Em nhìn ra phía biển, sóng biển vỗ vào bờ rì rầm, em đếm từng đợt sóng như đã từng đếm mỗi ngày đi qua.

Từ phía xa có một người đàn ông vừa bò vừa đưa tay gạt những mô đất của các con dã tràng đã xây, hắn ta nhẹ nhàng lấy ngón tay trỏ hất nhẹ từng mô đất rồi tiếp tục bò đi. Khi hắn đến gần, em nghe hắn đang cười khúc khích có vẻ rất thích thú, nhìn thấy em hắn dừng tay lại và ngồi nhìn châm bẩm vào mặt em. Em nhìn vào mặt hắn, nhận thấy hắn rất đẹp trai, sóng mũi thẳng, mắt sâu dưới chân mày rậm, ánh mắt nhìn như ngây dại, đôi gò má hóp tạo bộ mặt xương xẩu đầy nam tính, cái miệng hắn hé mở nhăn nhúm như đang đau đớn tột cùng. Bóng tối và mái tóc che khuất những đốm rỗ trên mặt em, đôi môi em mím chặt, cặp mắt một mí mạnh mẻ nhìn hắn trông rất hoang dã.

Bất ngờ hắn nhìn về phía đôi tình nhân, em nhìn theo hắn, hắn quay lại nhìn em và từ từ bò lại gần, em nhìn hắn một cách mạnh mẽ không sợ hãi. Hắn nhẹ nhàng đưa tay ra nắm bàn tay em, hắn lấy ngón trỏ xoay tròn lòng bàn tay làm cho em bật cười, hắn thích thú cười theo, vẻ mặt khờ khạo như đứa trẻ, hắn đưa bàn tay em lên môi mân mê ở lưng bàn tay say sưa, em như bị thôi miên, im lặng nhìn hắn, hắn chồm tới choàng tay ôm em, môi hắn lay động liên tục ở cổ rồi lần ra phía sau gáy làm em rợn người lên từng cơn, hắn đưa môi lên mặt và sau đó gắn chặt vào môi em, tay đi lần xuống ngực làm em nẩy người lên, hành động nhẹ nhàng điêu luyện như người từng trải, hắn hôn say sưa, em ngây dại nhắm nghiền đôi mắt, chân em co quắp lại, sóng lưng rần lên từng hồi một, cảm nhận một thứ cảm xúc tột cùng chưa bao giờ có được. Bất ngờ hắn buông em ra, hắn đứng lên nhìn về phía biển, hai tay dang rộng như van xin sự cứu rỗi, chợt hắn thét lên và đâm đầu chạy biến vào hàng dương mất dạng.

Em như tỉnh cơn mê, nhìn da thịt ở phía ngực lộ ra trắng muốt em biết chắc mình không nằm mơ. em thẫn thờ đứng lên đi về phía biển như người mộng du, tay buông thỏng như vừa vứt đi một gánh nặng. Sóng biển đập vào người em như một kẻ vũ phu mạnh tay xô đẩy, mặc cho sóng biển đánh vào người, em như người vô tri, vô giác.

Đêm động phòng trong ngày cưới, người ta thấy em bỏ chạy ra biển. Mặc cho mẹ đánh chửi em vẫn không hé môi lý do vì sao em bỏ chồng, người ta đồn em là kẻ tâm thần. Chiều chiều em đi ra bãi biển ngồi, mắt nhìn tận về phía chân trời như chờ đợi, sóng vẫn vỗ vào bờ từng cơn như lời thăm hỏi, em yên lặng nhìn từng đợt sóng ra vào, không buồn nhìn người chung quanh. Biển rì rầm to nhỏ bên tai, có lúc giận dữ gào thét hất mạnh vào người, em cười sung sướng như tìm được người đồng cảm.

Chào tạm biệt!

Tôi đã ngồi bên em hơn hai giờ, cái thân thể héo gầy của em chẳng còn cho tôi một chút cảm xúc nào, tôi nhìn nó mà nghĩ về khoảng thời gian em mới mười lăm, mười sáu, nhìn vào gương mặt nhăn nheo, teo hóp của em tôi lại thấy rõ nụ cười của em ngày nào, đôi bàn tay chỉ còn da và xương mà sao tôi cứ liên tưởng đến đôi tay mềm mại. Tôi không muốn lưu giữ cái hình bóng của em hôm nay trong ký ức, tôi luôn muốn nhớ đến em, mãi mãi là cô gái xinh đẹp. Em mở mắt nhìn tôi, tôi nắm lấy bàn tay nhăn nheo, khô đét, tay của em lạnh như tay người chết. Tôi bóp nhẹ bàn tay như viên đá khô của em, hình như em cảm nhận được sự chia sẻ, tôi nhận biết điều đó trong đôi mắt của em.

Tôi đã sống như người tử tù luôn mong chờ một phép lạ.

Ừ, tôi biết em đã chịu đựng như vậy để người thân của em được nhẹ lòng.

Em bóp nhẹ bàn tay tôi như thấu hiểu.

Hình như thần chết đã quên tôi.

Không ai quên em hết, cơ thể của em vẫn còn sự sống.

Không đâu, nó đã qua thời kỳ sữ dụng mà người thân tôi cứ muốn giữ nó, họ đã dốc công sức và tiền của giữ cái thân xác này chỉ để tôi nhận hết sự yêu thương và đau đớn. Bây giờ tôi đã nhìn thấy con đường mình sắp đi tới.

Em nhìn thấy có nghĩa là em đã sẵn sàng. Thượng đế sinh con người nhưng luôn thiếu sự công bằng. Chỉ thần chết mới có sự công bằng..

Tay em siết nhẹ bàn tay của tôi, tôi chờ đợi sự buông lỏng bàn tay của em như chờ đợi một chuyến phà sang bên kia sông.

Chồng và hai đứa con gái lớn của em đã thấy nhẹ lòng, họ chỉ im lặng khi em ra đi. Chỉ có đứa con trai út đang bị giam ở khám Chí Hòa vừa được cho về là gục ngã, có lẽ nó không được chia sẻ sự đau đớn của em, người thân của em phải "chạy" để nó được về nhìn thấy em chết. Năm mẹ em mất, em cũng yếu đuối ngã quỵ, nhưng rồi em vẫn yêu thương và hạnh phúc trong cuộc sống của em, tôi cũng đã quên nỗi đau mất mẹ, mẹ em và mẹ tôi đã thuộc về ký ức. Con trai em cũng sẽ chóng quên cái ngày này.

Đám tang không nhận phúng điếu nên căn phòng đầy hoa viếng, trái cây cao cấp và nhang đèn đầy ắp ở phòng trong. Những người thân của em giống như cái máy cassette, mỗi lần khách đến viếng họ phải kể lý do cái chết của em, hình như ai cũng thấy cảm phục người thân đã cố công giành giật em dưới tay thần chết. Đám tang em cũng là dịp để họ thể hiện tinh thần liên kết trong quan hệ xã hội, có người đi phúng điếu ban nhạc kèn tây, người đi ban nhạc cổ…Những bài hát buồn được hòa tấu liên tục. khách đến viếng người chết một cách vội vã rồi đảo mắt tìm người thân quen đến ngồi chung để nói chuyện, hình như đây cũng là dịp cho những người đã lâu không gặp nhau, nay có dịp gặp lại họ tay bắt mặt mừng, cười nói hớn hở.

Bánh, kẹo, trái cây, nước uống được mang ra phục vụ từng bàn. Kẻ đi người đến liên tục, nhóm giữ xe cho khách phải đi lại dắt xe ra vào như con thoi, nếu không có cái quan tài giữa nhà thì người đi đường dể nhầm lẫn đây là một bữa tiệc vui.

Đêm đã về khuya, những người thân của em đã kiệt sức, họ phải đi nghỉ để mai họ còn tiếp tục phát lại cái băng nhão nhoẹt , vẫn còn ít nhất hai bàn đàn ông có nhiệm vụ canh đám ma. Cháo và mồi nhậu được mang ra để họ nhâm nhi chờ trời sáng. Có ai đó hứng khởi lấy điện thoại gọi bặng ca cổ nhạc đến góp vui. Tình anh bán chiếu, Lan và Điệp, Cao Tiệm Ly tiễn biệt Kinh Kha… Giọng ca chân phương của nhóm văn nghệ nghiệp dư cũng làm cho mọi người tỉnh ngủ.

Buổi sáng cuối cùng có hai băng nhạc Tây đến đưa đám ma, Lòng mẹ, Cát bụi, Vĩnh biệt... Khơi gợi cho những người đến đưa tiễn nghẹn lòng trước sự chia cắt. Quan tài được đưa ra khỏi nhà, nhà đòn quay đầu hòm lại trước cửa nhà, hạ thấp ba lần cho em vĩnh biệt ngôi nhà thân yêu.

Đến lò thiêu Bình Hưng Hòa, người ta lại tổ chức cho người đưa tang chia tay với người chết lần cuối, mỗi người cầm một cành hoa đến đặt lên quan tài. Họ bật nút, quan tài sụp sâu xuống mất hút, người thân em rú lên lần cuối, các con em hoảng loạn chạy vội xuống tầng dưới, người ta đang sắp thứ tự từng chiếc quan tài để đưa vào lò thiêu. Các con em đến sát vách kiếng, vẫn nhìn thấy chiếc quan tài của em nhưng bây giờ họ đã bị ngăn cách bởi một vách ngăn trong suốt.

Chúc mừng em đã đi đến cuối con đường.

Chào tạm biệt!

Của để dành

Đêm nay bà Bảy không ngủ được, chuyện xảy ra lúc ban chiều làm cho bà phải suy nghĩ. Lúc giải quyết câu chuyện bà chỉ nghĩ đến Thảo, đứa con trai duy nhất của bà. Bà biết Thảo rất yêu thương Diệu. Nếu Thảo biết chuyện Diệu có tình cảm với người đàn ông khác Thảo sẽ đau khổ vô cùng. Nhưng bà biết chắc Thảo sẽ tha thứ cho Diệu, như vậy để cho Thảo biết làm gì! Chuyện này đến tai ông Bảy thì càng tệ hại hơn. Ông Bảy sẽ xa gần xỏ xiên, Thảo lại bênh vợ gây sự với ông. Cha con lại đem cái xấu của nhau ra mà soi mói.

Bà không biết mình giải quyết như vậy là đúng hay sai, nhưng nếu ông Bảy biết chuyện này chắc chắn sẽ chì chiết bà là kẻ "ngu chưa từng thấy". Ba chữ ngu chưa từng thấy hầu như lúc nào cũng ở sẵn trên đầu lưỡi của ông Bảy, chỉ chực có chuyện không đúng theo ý của ông là ông để nó nhảy ra. Ông Bảy là người ích kỷ, hay ghen ghét và ganh tị. Ở gần bên nhà có anh Tư Xâm Mình, anh Tư được bà con lối xóm quí mến. Ông Bảy thường hay chửi lén anh Tư. Nhà anh Tư mới mua cái gì thì ông phải mua theo cho bằng được. Năm Diệu sanh bé Hiền, bà đề nghị ông nên quét nước vôi, lót gạch lại cho sạch sẽ. Ông Bảy đồng ý làm. Nhưng sau đó nhà anh Tư Xâm Mình cũng sửa nhà, lại có vẻ khang trang hơn nhà ông thì ông nổi cơn thịnh nộ, cho rằng anh Tư đang so đo, bắt chước theo ông.

Ông hậm hực nói: "Mai mốt tao có tiền, tao mua xe hơi đi coi nó có theo nổi không." Ông là người hay để ý chuyện thiên hạ, hầu như ở lối xóm có chuyện gì lạ ông đều biết. Mỗi khi có dịp đi ngang nhà hàng xóm, ông thường liếc con mắt cú vọ ngó vô soi mói. Vậy mà ai nhìn vào nhà ông thì ông chửi lén, không biết anh Tư Xâm Mình có thường nhìn vô nhà ông không mà ông thường lầm bầm cho bà Bảy nghe: "Có ngày tao tạt nước sôi cho nó đui cặp mắt để khỏi soi mói nhà người ta."

Chị Sáu gần bên có việc muốn hỏi thăm, chị vừa mới đặt chân trước cửa là ông đã có mặt chặn lại, ai muốn gì thì cứ đứng trước cửa, ông không thích họ bước vào nhà của ông. Ông nói với bà Bảy: "Con mẹ Sáu này có ngày tao phang cho què giò." Bà biết tính ông chỉ mạnh miệng nói xấu, chửi lén thiên hạ nên không bao giờ để ý những lời ông hăm dọa. Bà biết ở xóm lao động này ai cũng nghèo như ai nhưng tình nghĩa lối xóm rất gần gũi. Riêng ông không chịu mình nghèo, lúc nào cũng ra vẻ nhà có của. Cửa nhà ông không bao giờ mở, mỗi khi có việc bước chân ra khỏi nhà, bà Bảy khóa cửa, ông đến giựt giựt ống khóa xem ổ khóa có chắc ăn chưa, nếu có ai nhìn, ông lắc ống khóa thêm nhiều lần.

Đất hương quả ở Long An, anh em của ông Bảy đồng ý bán chia, ông được chia năm trăm triệu đồng. Ngày đầu tiên ôm tiền về đến nhà mặt ông bơ phờ hốc hác. Ông không cho vợ chồng của Thảo biết rõ số tiền là bao nhiêu. Ông nghỉ chạy xe ôm hai ba ngày, coi báo xem ngân hàng nào uy tín để ông đi gởi. Cuối cùng ông chọn được ba ngân hàng, mỗi ngân hàng ông gởi một trăm triệu, còn hai trăm triệu ông giữ lại nhà. Ông nói với bà Bảy: "Đừng có ham lời nhiều, lỡ có chuyện gì là mất trắng. Tiền của mình, mình giữ là chắc ăn nhất. Tiền này là của để dành."

Từ khi ông có tiền, ông vẫn không thay đổi tính keo kiệt, sáng ông chỉ uống một ly cà phê đen tự pha ở nhà rồi đi chạy xe ôm cho đến mười hai giờ trưa. Từ ngày có tiền, tính ông càng kỹ lưỡng hơn, mỗi khi rời khỏi nhà hoặc chỉ dứng trước cửa nói chuyện với khách, ông bắt vợ phải bóp thêm một ổ khóa nữa cho đủ cặp. Ông nói: "Bà hời hợt quá, để tiền ở nhà với bà như để trứng cho ác."

Thảo biết ông có tiền, theo xin tiền mua chiếc xe mới, ông Bảy nhất quyết không cho. Khi con gái anh Tư xâm mình đậu đại học, anh Tư mua cho nó chiếc Suzuki Smash. Ông Bảy thấy "nóng" liền cho Thảo hai mươi lăm triệu đi đổi chiếc Trung Quốc lấy chiếc Suzuki Amity. Ông ghét Diệu, ông cho Diệu là đứa con dâu hỗn láo, không biết trên dưới. Lúc Diệu có mang bé Hiền, nhà thiếu ăn nên mỗi lần đi làm về Diệu hay lục lạo kiếm đồ ăn, Diệu ăn không thèm hỏi ông bà Bảy. Bà Bảy thông cảm cho con dâu cần ăn để nuôi cháu của bà, nhưng với ông Bảy thì không chịu được. Ông ghét cay ghét đắng Diệu. Ghét Diệu nhưng ông rất thương Bé Hiền, Diệu phải đi làm ca nên bà Bảy để bé Hiền ngủ với mình, Diệu thiếu sữa, ông xuất tiền mua sữa hộp về cho bé Hiền uống. Khi bé Hiền được ba tuổi thì bé Hiền xem Diệu như người dưng, bởi mỗi ngày ông nhồi vào đầu óc non nớt của nó mọi cái xấu về Diệu, ông dùng vật chất để lôi kéo bé Hiền theo ông. Mỗi lần bé

Hiền xin Diệu cái gì không được thì ngày mai ông chở nó đi mua ngay.

Từ ngày có xe mới, tối tối Thảo lấy xe chở vợ con đi chơi, ông ở nhà ngồi ngẫm nghĩ rồi tức giận. Ông nói: "Tại tao thương con tao nên cho tiền mua xe, nhưng thấy con nhỏ đó ngồi lên chiếc xe tao ngứa mắt quá." Bé Hiền không chịu để ông chở đi chơi nữa, nó nói: "Xe ông nội xấu quá." Ông nghe vậy liền đi mua cho mình chiếc wave RS. Chiếc wave chỉ để chở bé Hiền, còn ông và bà Bảy đi đâu vẫn đi bằng chiếc xe cúp cà tàng.

Diệu như chiều chuộng Thảo hơn trước, bà Bảy thấy nhẹ lòng. Có lần Diệu mua cho bà một chai dầu Nhị thiên đường mà bà rất thích. Ông Bảy là người để ý, ông nói với bà Bảy: "Bộ nó tưởng tao chết để của lại cho bà nên bắt đầu nịnh. Còn lâu, để cho bà thì không khác gì để cho vợ chồng nó, tao sẽ không cho thằng Thảo một đồng, cho nó thì con vợ nó sẽ xài. Tao làm di chúc, nếu tao chết bất tử thì tiền này tao cho thằng Hiền, nhưng nó đúng mười tám tuổi mới được nhận. Lúc đó con Diệu đừng hòng xài tiền của tao." Bà Bảy nói: "Ông phải nuôi nó từ nhỏ để nó có điều kiện học hành nên người chứ." Ông Bảy nói: "Tao còn sống thì tao nuôi, còn tao chết thì thôi." Bà Bảy thở dài ngao ngán.

Bé Hiền bị bệnh, Thảo và Diệu nghỉ làm đưa con đi bệnh viện. Bác sĩ bảo bé Hiền bị bệnh tim bẩm sinh phải mổ. Bà Bảy thất thần về báo lại cho ông hay. Ông nghe tin chẳng nói chẳng rằng. Đêm đó ông không ngủ, ngồi trầm ngâm hút thuốc, rồi pha cà phê uống một mình. Bà Bảy đi đốt nhang ở các bàn thờ cầu nguyện. Bà đến bên ông rụt rè nói:

Ông cho tiền thằng Hiền mổ tim nghen.

Như con thú bị thương, ông nhìn bà chực như muốn nuốt sống. Ông gầm lên:

Tại sạo lại là tao? Cha mẹ nó phải có trách nhiệm chứ.

Bà Bảy nghẹn ngào lấy tay áo chậm nước mắt, nói:

Nhưng thằng Thảo con mình nghèo quá, tiền đâu lo cho con nó.

Tao nuôi nó, để bây giờ nó chỉ biết lo cho con vợ của nó, thứ đàn bà sanh con không vuông tròn.

Chiều nay ở bệnh viện về, bà Bảy thấy nhà cửa bề bộn, ngổn ngang, ông Bảy say mèm, đầu gục xuống bàn, nước mắt nước mũi lem nhem đầy mặt. Bà hỏi ông:

Ông sao vậy?

Ông nhìn bà rồi rít giọng nói:

Tao thù ông già tao. Ổng ghét tao, mặc dù chia của cho tao nhưng ổng chết rồi vẫn kiếm cách lấy lại. Nhưng đừng hòng, một cắc tao cũng không lòi ra.

Bà Bảy nghe ông nói, nước mắt chảy dài. Bà nhớ chiều nay gặp anh Tư xâm mình ở cửa bệnh viện, anh Tư an ủi bà Bảy: "Chị Bảy đừng buồn, chị về nói với vợ chồng cháu Thảo để tôi viết thư cậy đăng báo, xin người hảo tâm giúp đỡ cháu Hiền mổ tim." Bà Bảy tin anh Tư vì anh đã giúp cho mẹ con cô Liên được người hảo tâm giúp mổ vá sứt môi cho bé Phúc trong xóm. Bà Bảy lặng lẽ đến bàn thờ cầu nguyện, bà tin anh Tư sẽ mang đến phép mầu cho thằng Hiền. Như chợt nhớ ra, bà ngồi thở dài và buột miệng nói:

Thằng cháu nội anh Tư cũng đang nằm bệnh viện.

Ông Bảy như người tỉnh cơn mê, ông hỏi:

Nó bệnh gì?

Bà Bảy thở dài nói:

Nghe nói nó bị viêm màng não.

Ông Bảy ngồi suy nghĩ một lúc rồi nói:

Bắt đầu ngày mai, phải cho lối xóm biết tao có của, không dấu diếm nữa.

Bà Bảy nhìn Ông ngạc nhiên. Bỗng nhiên ông Bảy ngồi thẳng lưng, cười hặc hặc một mình như đang có chuyện gì tâm đắc lắm. Ông nói với bà Bảy:

Tao muốn lối xóm biết tao có của, biết tao là người cho tiền trị bệnh cho thằng Hiền.

Ông bảy lại tiếp tục cười khằng khặc, vừa cười vừa nói rất lớn tiếng:

Thử coi thằng cha Tư có tiền lo cho cháu nội như tao không!

Mùi Tết ở Việt Nam

Thịt heo mua loại đùi gọ và thịt ba rọi rút xương, rửa sạch, cắt thành từng miếng to bằng nắm tay của vợ em. Nấu một ấm nước sôi đổ vô thao thịt, sau đó vớt thịt ra để ráo nước, ướp thịt với muối, đường và tỏi đâm nhuyễn, để thịt thấm gia vị, đổ nước dừa tươi vô nồi đun sôi, bỏ thịt vào chờ sôi lên vớt bọt. Vớt bọt thường xuyên để nước dừa được trong, để lửa riu riu cho thịt mềm và thấm nước dừa, khi nào nước dừa chuyển sang màu mỡ gà, thịt mềm thì cho hột vịt luộc và nước mắm vô, nêm lạt đừng nêm mặn, để thịt và hột vịt thấm nước mắm thì tắt bếp." Phải đúng y như vậy hôn chị Hai, chị thấy có còn thiếu cái gì không?

Đúng y rồi, chị nhớ gởi mail ghi cặn kẻ hết mà.

Vậy sao vợ em kho thịt hột vịt cái mùi không giống thịt kho hột vịt của chị và má kho?

Trời! Làm sao chị biết được. Hay chắc tại thiếu cái mùi.... À, cái mùi không khí Tết ở Việt Nam.

Cái mùi không khí Tết ở Việt Nam?

Ừ ! Bên em làm gì có cái không khí Tết Việt Nam. Nên em ăn món thịt kho hột vịt nước dừa không thấy thơm ngon như hồi còn ở Việt Nam.

Thôi năm sau em về Việt Nam ăn Tết để vợ em học lại cách kho thịt, để cho mấy đứa nhỏ con em được ăn thịt kho hột vịt cuốn bánh tráng đúng ngày mùng một như chị em mình.

Vợ chồng Út Tuấn và hai đứa con ngồi ăn bánh tráng cuốn thịt kho, hột vịt nước dừa ngon lành, Má ngồi cười mãn nguyện, má nhìn lên bàn thờ ba, con heo đất vẫn còn để trên bàn thờ, Má ứa nước mắt. Như vậy là má đã làm tròn trách nhiệm với Ba, cái truyền thống "ăn ngon"ngày mồng một tết của dòng họ đã được tiếp nối qua thế hệ thứ tư.

Gia đình chị có truyền thống từ đời ông bà nội. Mùng một Tết, sau khi cúng cơm tổ tiên, con cháu chúc tết ông bà, cha mẹ, cả nhà cùng quây quần bên bàn ăn món thịt kho hột vịt cuốn bánh tráng. Lúc chị và út Tuấn còn nhỏ, không biết cuốn bánh tráng nên phải để bánh tráng lên cái dĩa, gấp rau thơm, dưa giá, củ kiệu chua để lên miếng bánh tráng và cuối cùng để miếng trứng vịt, miếng thịt kho nước dừa có dính chút mỡ, cuốn bánh tráng lại rồi chấm với nước thịt kho, phải chấm ngập cuốn thịt vì nước thịt kho ngày mùng một còn lạt lắm, cắn một miếng nhai trong miệng, miếng thịt mềm, mỡ bệu béo ngậy, thơm lừng mùi nước dừa, mùi nước mắm thoang thoảng hơi mặn mặn, mùi rau thơm, có vị chua chua của dưa giá, chua ngọt của củ kiệu ngon hết biết. Chị nhớ ba nói: "Ăn thịt kho cuốn bánh tráng mà không có mở như ăn xác giấy của bà nội ăn trầu."

Ba chị là sĩ quan biệt phái về dạy học, vậy mà cũng phải đi cải tạo. Tết năm đầu ba xa nhà má không kho thịt hột vịt ăn Tết, má đổi phiếu mua nửa ký thịt đùi để được mua xương và sườn già về hầm súp và ram mặn. Má nói: "Như vậy mới đủ cho tụi con ăn ba ngày tết". Ngày mùng một đầu tiên sau biến cố bảy mươi lăm, không có món thịt kho hột vịt cuốn bánh tráng út Tuấn không chịu ăn cơm, Má nói: "Ba con đang đi cải tạo khổ lắm, mình ở nhà ăn ngon quá, má thấy tội nghiệp ba". Út Tuấn nghe nhắc tới ba ngồi khóc, chị cũng khóc rồi má cũng khóc theo. Ba là người khó ăn, lúc chưa lấy vợ chỉ thích ăn đồ của bà nội nấu, sau khi lấy má, bà nội phải truyền lại những "bí quyết" nấu ăn mà ba thích để má nấu cho ba ăn. Út Tuấn cũng giống hệt ba. Tết má không kho thịt nó nói nhỏ với chị: "Em không thèm bánh, mứt, em thèm ăn bánh tráng cuốn thịt kho hột vịt quá!" Vậy mà bà Hai kế bên nhà cho một tô thịt kho hột vịt bữa mùng ba tết, má vội mua bánh tráng, rau thơm về cho nó cuốn, nó ăn thử miếng thịt kho, nhăn mặt rồi leo xuống nói: "Không có mùi gì hết, thịt kho dở ẹt, con hổng ăn." Chị tức quá nói nó chảnh, nó tỉnh bơ nói: "Em nhường cho chị ăn hết đó. Em chỉ ăn cái của má nấu thôi". Má vừa giận vừa thương út Tuấn, má nói nhỏ: "Cái thằng, nó giống ba con dữ quá!"

Khi ba được viết lá thư đầu tiên về cho gia đình, ba dặn dò má: "Ngày thường mẹ con em ăn cực khổ, nhưng ngày mồng một Tết em nhớ cho con ăn ngon." Má nghe theo lời ba, má đi mua một con heo đất, ngày nào cũng cố gắng chắt chiu để dành. Tết đến, má đập con heo đất lấy tiền mua kiệu về làm đầy keo, má làm kiệu không ngâm giấm mà chỉ ướp đường phơi nắng cho lên men nên kiệu chua vừa, có vị ngọt, má làm dưa giá có kiệu tươi, rồi má kho nồi thịt kho hột vịt thơm lừng. Út Tuấn ngồi cuốn thịt ăn ngấu nghiến, mỡ chảy theo mép miệng láng mướt. Nó được ăn ngon cũng nhớ đến ba, nó nói: "Chắc sang năm, ăn

Tết thế nào cũng có ba." Má nghe út Tuấn nói vậy, qua Tết má lại mua con heo đất mới, con heo đất này lớn hơn con heo đất năm vừa rồi. Nhưng con heo đất đó không bao giờ má đập nó, bởi vì ba không trở về với gia đình, ba đã nằm lại ở trại cải tạo. Trước khi ba chết, ba có viết một lá thư gởi về, ba nói: "Em đừng lo cho anh, em hãy cố gắng lo tương lai của út Tuấn." Má bán hết đồ trong nhà, bán luôn đồ cưới của bà nội cho và chiếc vòng cẩm thạch kỷ niệm của bà ngoại để lại. Má cho út Tuấn đi vượt biên với cậu Hai. Khi ba đi cải tạo má mòn mỏi đợi chờ, bây giờ không còn ba má lại mòn mỏi đợi mong tin út Tuấn.

Út Tuấn đã có tin, người yêu chị đến xin má cho chị đi vượt biên chung với anh, má bằng lòng nhưng chị không nỡ bỏ má ở lại một mình, chị không chịu đi. Ngày anh đi chị hứa với anh sẽ chờ ngày anh trở về. Chuyến tàu anh vượt biên không một người nào báo tin về với gia đình. Chị được má ôm vào lòng, được khóc trên vai của má, tóc chị cũng ướt nước mắt của má nhỏ xuống. Chị sống được là nhờ má, chị thề sẽ ở vậy suốt đời lo cho má. Căn nhà bây giờ còn lại hai người phụ nữ chỉ biết sống với ký ức. Út Tuấn đòi bảo lãnh má không chịu đi, má nói: "Má muốn ở gần ba."

Chị Hai ơi, Củ kiệu chị gởi qua ngon quá.

Vậy sang năm chị cũng gởi cho em nữa.

Chị hai ơi, năm nay vợ em kho thịt ngon rồi.

Vậy hả!

Ừ, Nhưng sao em cũng thấy thiếu thiếu một cái gì…

Thiếu cái gì nữa?

Chắc thiếu cái mùi không khí Tết ở Việt Nam như chị nói.

Nụ cười hoa lan

Ba mươi lăm ngàn một giò lan, sáu giò này tôi lấy hai trăm ngàn.

Anh ơi về săn sóc nó sao đây?

Cô chỉ cần chắt nước vo gạo tưới là được rồi.

Từ khi có mấy giò lan treo trước cửa nhà, mình vo gạo kỹ hơn trước, nước vo gạo chắt ra thấy đục ngầu, lại lo lắng mất hết chất bổ, thôi thì bồi dưỡng con người bằng nguồn thực phẩm khác. Mấy hôm nay đi chợ, mình luôn đổi món và chịu khó suy nghĩ chọn món hơn, hình như anh ăn ngon miệng nên ăn nhiều hơn lúc trước, như vậy chắc đã đủ bù vào phần gạo vo kỹ rồi.

Những giò lan toàn màu tím đã nở rộ, chắc nhờ có nước vo gạo bồi bổ, vòi màu tím than, vòi màu tím huế, vòi màu tím thẩm, những con kiếng đen đã bò lên mấy vòi hoa, đôi lúc bắt gặp một con ong ruồi đậu ngay giữa nhụy hoa, ở chung cư mà được thấy ong ruồi nghĩ cũng thích. Cứ nghĩ những màu tím chắc không mấy người thích, vậy mà mình bắt gặp bé Minh Thi mỗi chiều đi nhà trẻ về cũng chạy lại trước cửa nhà nhìn châm bẩm lên giàn lan, cô Lê hàng xóm đi ngang cũng đi châm lại ngắm hoa rồi mỉm cười, thấy mình cô lại cười như chia sẻ. Từ ngày có giàn lan mình được nhiều dịp cười với lối xóm.

Sáng nay, ông tư già gàn khó chịu nhất xóm đứng nhìn giàn lan, ông ta hình như chẳng để ý đến mình, đứng quan sát từng vòi lan và bất chợt nói: "Cái hoa màu tím nhạt này có những đường gân đẹp quá". Giọng của ông nghe nhẹ nhàng như người đang đọc thơ, bỗng dưng thấy ông thật dễ chịu như mọi người. Mình cười với ông ta và ông ta cũng cười lại rồi lặng lẽ bỏ đi. Không ngờ chỉ có mấy vòi lan mà chia sẻ được nhiều người quá!

Mình chụp hình giàn lan gởi sang cho con trai, nó nói: "Chung cư của mình bây giờ thấy thơ mộng quá, còn bên Úc đang mùa đông". Ừ! thật là thơ mộng, cái màu tím buồn đã biết chia sẻ nỗi nhớ con của mẹ, màu tím của hoa lan đã làm cho mẹ thấy thích đợi chờ. Mỗi ngày mẹ chờ đợi những vòi lan nở từng nụ hoa như chờ đợi con trai của mình.

Quán Cà phê công viên

Anh ngồi ở quán này nhiều ngày lắm rồi nghen.

Sao anh biết tôi ngồi nhiều ngày?

Hôm qua anh ngồi bên gốc cây vú sữa chớ gì?

A! anh là công an hả?

Đừng nhắc tới công an nha, nhắc tới là muốn chửi liền.

Anh cũng thù công an sao?

Tôi ghét tụi nó vì tụi nó sạo.

Nó sạo gì với anh?

Nó nói để nó kiếm vợ con tôi về mà chờ hoài không thấy

Vợ con anh đi đâu?

Biết thì ai cần công an dẫn về. Đụ má! Cả nhà đi du lịch, khi tỉnh dậy mở mắt ra thấy nằm trong bệnh viện, không thấy vợ con mình đâu chỉ thấy thằng công an đứng dòm minh lom lom. Mình hỏi nó: "vợ con tôi đâu?" Nó nói để nó đi tìm cho. Đụ má! Ngày nào cũng chờ, chờ mỏi mòn con mắt cũng chưa thấy về.

Ai biểu anh tin công an, công an cũng giống như cảnh sát Mỹ, tụi nó theo dõi mình sát nút. Ở Mỹ, lần nào tôi chạy quá tốc độ là có mặt tụi nó liền. Mình mới lấy con dao dí vô bụng thằng cha bán xăng là nó tới ngay.

Cha là ăn cướp ở Mỹ hả?

Làm gì được vậy. Định mượn thằng cha bán xăng ít tiền mua súng đi cướp nhà băng mà tụi cảnh sát Mỹ đã chặn lại rồi.

Gỡ lịch mấy năm vậy?

Làm gì có số má. Cảnh sát nó cho tôi vô bệnh viện tâm thần ở gần hai năm.

Vậy là cha bị điên.

Cũng tại mấy thằng cảnh sát Mỹ nói tôi điên nên mới vô đó ở.

Anh về Việt Nam làm gì?

Trốn cảnh sát Mỹ. Nhưng mà nó theo tôi về tới bên này luôn đó nha.

Vậy là mấy thằng cảnh sát Mỹ giỏi hơn mấy thằng công an bên đây.

Nè anh có để ý thằng cha ngồi bên bàn chỗ cây bàng không? cha này uống cà phê không đường, mỗi ngày ngồi từ sáng cho đến gần mười một giờ trưa mới về.

Chắc nó là công an rồi, mấy thằng cảnh sát Mỹ mướn nó theo dõi tôi.

Hắn là nhà văn..

Sao anh biết.

Tháng nào cũng có thằng giống như công an đến gặp hắn, ngồi hỏi chuyện như hỏi cung. "Tháng này anh có viết gì không?" "Có viết về mấy con chim ở công viên này" "Ừ, anh viết như vậy em mừng." "Lâu lâu mình cũng phải đổi tông mới thấy hứng thú lại." Hắn viết về mấy con chim mà thằng công an mừng. Chim ở đây chỉ biết bay qua bay lại mấy cái cây trong công viên chứ có dám bay lên bầu trời đâu. Bay ra ngoài vướn dây điện cho chết thấy mẹ, bay lên bầu trời hít mùi khói bụi cũng tiêu. Nghe thấy tức, tôi chửi tùm lum.

Vậy là mấy con chim ở đây thấy tự do mà không phải tự do. Tội nghiệp!

Niềm vui từ mỏ chim và miệng cá

Nhắn tin: "Hôm nay đi nghe chim hót nha em." "Nghe chim hót ở Chợ Lớn hay Sài Gòn?" "Nghe ở Sài Gòn. Em nhớ mua bánh mì bì đem theo nghen." "Bộ anh không sợ bì có oxy già sao mà đòi ăn bánh mì bì?" "Ăn cái gì để khỏi sợ? Thèm thì cứ ăn, khuất mắt thì cứ ăn thôi."

Sáng chủ nhật, quán cà phê công viên đông nghẹt. Tôi đảo mắt tìm H, không thấy anh ngồi đâu hết, chẳng lẽ hẹn rồi không đến. Tiếng chim hót líu lo rộn rã. Tiếng hót của hoạ mi xen lẫn vào tiếng hót của chích choè lửa, rồi thì tiếng chim chích choè đất cất cao hoà vào tiếng ríu của chim khoen như tiếng gọi chào buổi sáng. Tôi đứng yên nhắm mắt lắng nghe tiếng chim, cố gắng phân biệt đâu là giọng hoạ mi, đâu là giọng của chích choè. Những giọng hót ngân cao từng hồi nối vào nhau không dứt.

"Nhào vô! Nhào vô đi con!..." Tôi giật mình mở mắt nhìn về phía tiếng la. Một đám người đang quay thành vòng tròn, giữa vòng tròn là hai cái lồng chim để sát nhau, hai con chim chích choè đang vờn qua vờn lại trong lồng. "Nhảy qua đi, Sao nhát quá vậy." Hai con chim như chợt thấy nhau, chúng lao thẳng vào nhau, cắn, đá nghe xoàn xoạt. Bên ngoài tiếng la ó cất lên hỗn loạn, "Đụ mẹ, đá hay lắm, đá mạnh lên..." Những gương mặt căng thẳng chăm chú nhìn vào hai con chim đang quần nhau. Một cú đá mạnh của con chim làm cho họ hả hê đồng loạt hú, la, rên... Những con chim ở gần bên cũng cất tiếng hót giống như bản hợp xướng khúc quân hành. Hai con chim bây giờ trông tơi tả, lông xù ra như bị mắc mưa, cú đá bắt đầu chậm chạp. Gương mặt của những nhân chứng bắt đầu giãn ra lộ vẻ thất vọng.

Nhìn thấy tôi, H vội bước ra khỏi vòng tròn, đi về bàn để lồng chim của mình. Tôi đưa cho H ổ bánh mì bì, H cắn ăn ngấu nghiến.

- Bánh mì bì mà nước mắm làm dở thì hết ngon.

- Thính của bì và mỡ hành phải thơm mới ngon.

- Ừ, cũng không thể thiếu hai cái đó. Bà bán bánh mì bì ở gần nhà em ngon mà rẻ.

- Anh cũng thích coi chim đá sao? Như vậy thật là ác.

- Cũng có lúc thiện, cũng có lúc ác.

- Tại sao không là thiện mà phải là ác.

- Thiện và ác là hai mặt cơ bản của con người.

H đứng lên phủi những mẩu bánh mì vụn trên quần xuống đất, anh ngồi xuống chăm chú nhìn dưới chân.

- Anh làm gì vậy?

- Anh đang làm điều thiện

Tôi nhìn theo anh, thấy có mấy con kiến đang tha những mẩu bánh mì vụn dưới chân anh.

- Em có bao giờ làm điều ác chưa?

- Em chưa bao giờ làm điều ác.

- Cũng có khi em làm điều ác mà không nhận biết.

Anh ngắt từng cái chân của con cào cào. Con cào cào non chỉ còn lại cái thân. Anh bỏ thân con cào cào vào lồng. Con chim chích choè đất nhảy đến ngậm con cào cào nuốt vội. Mặt anh lộ vẻ hả hê thoả mãn. Con chim chích choè đất của anh lại cất giọng lên hót vang. Giọng con chim này hót hay quá. Tiếng hót được phát ra từ cái mỏ vừa nuốt con cào cào.

Tôi về nhà, cầm bịch cá con trên tay, đưa qua đưa lại trên mặt hồ. Những con cá La Hán của tôi bơi theo như muốn lao lên. Tôi trút bịt cá con xuống hồ. Mấy con cá La Hán lao vào những con cá con, đớp nhanh như chớp. Hồ nước xao động như sóng biển. Tôi thấy như có một làn sóng biển đang ùa đến bên tôi. Một cảm giác mát lạnh làm cho tôi thấy lâng lâng. Tôi nhắm mắt để tận hưởng cảm giác sảng khoái. Tôi lại thấy gương mặt của H lúc cho con chim chích choè đất ăn cào cào, thấy cái mỏ con chim đang nuốt con cào cào. Tôi mở mắt ra, nhìn thấy con cá La Hán đang vờn sóng lấp lánh. Nó há miệng đớp được một con cá con, con cá con chỉ còn cái đuôi ló ra ngoài.

Trời nóng quá, hai con ruồi gặp hên

Đã hơn bốn giờ chiều mà trời vẫn còn nắng gắt, hơi nóng dưới đất đưa lên như cái chảo nướng thịt trong quán lẩu dê Lâm Ký, Giang nghe hừng hừng hai bên má. Mùa này mà phải ngồi ngoài đường đợi Lam học ra quả thật là một cực hình, may mà có cái công viên này để tránh nắng. Đứa bé bán vé số chìa tập vé số trước mặt Giang mời mua, Giang lắc đầu, nó đi một vòng mời khách quanh công viên, hình như ai cũng lắc đầu. Đứa bé trở lại ngồi chung ghế đá với Giang, nó ngồi đếm lại xấp vé số còn trên tay. Sao nó không chịu đi bán mà ngồi nhịp chân vui vẻ quá! Lại thêm thằng bé bán vé số, Giang nhăn mặt chuẩn bị cái lắc đầu. Thằng bé đến ngồi cạnh con bé, con bé nói:

Hôm nay em hên lắm anh.

Em bán đắt lắm hả?

Không, hên chuyện khác. Trưa nay em được ăn ngon.

Đã vậy, ai mời?

Người lạ mời. Lúc em đi ngang tiệm bán bánh mì thịt nướng, em thấy thèm quá, đứng lại nhìn. Có một chị vừa mua bánh mì bước ra, mặt chỉ nhăn như đau bụng, chị cầm ổ bánh mì mở ra coi, mặt chị càng nhăn hơn, em ghé mắt nhìn vô ổ bánh mì. Trời! thịt nướng đỏ ao, còn có patê với bơ nữa, miệng em chảy nước miếng đầy họng. Chị nhìn lên thấy em, tự nhiên đưa ổ bánh mì vô mặt em nói: "Ăn đi!" Em cầm liền.

Chết mẹ! coi chừng người ta nói lẫy mà em cầm.

Không có đâu. chị đưa ổ bánh mì cho em là hình như chị hết đau bụng, mặt chị hất lên trời, lấy xe chạy cái vù.

Bánh mì ngon lắm hả!

Còn phải hỏi, bánh mì đặc ruột đó, ăn no dai ghê, nhưng có nước sốt cay quá, em ăn mà chảy nước mắt như bị ai đánh.

Vậy hôm nay là một ngày may mắn. Chiều nay anh cũng được ăn ngon.

Ai cho anh ăn ngon vậy?

Cũng người lạ. Lúc anh đi ngang chỗ bán cháo lòng, anh đến mời chú vừa mới vô, thấy người ta đem tô cháo lại, chú đó lấy muỗng trộn qua trộn lại rồi kêu tính tiền, tính tiền xong chú ấy đứng dậy, thấy anh đứng chìa xấp vé số chú khoát tay, chỉ vô tô cháo nói: "Ăn đi! Chú trả tiền rồi."

Trời! sướng vậy, cháo có ngon hôn mà chú đó chê không ăn?

Ngon bá chấy luôn, cháo nấu lỏng le, toàn là thịt, tim, gan, phèo, bao tử, dồi… Anh khoái nhất là món dồi, vừa thơm, vừa béo, anh nhai rồi ngậm trong họng một lúc mới nuốt, mấy con ruồi cũng nghe mùi, bay lại bu đầy bàn, có hai con ruồi gặp hên, đậu vô miếng thịt nhỏ xíu. Bữa nay ăn thịt nhiều quá, bụng anh thấy nặng nặng.

Sao toàn đồ ăn ngon không mà người ta chê vậy anh?

Chắc tại trời nóng quá, người ta làm biếng ăn.

Học trò đang túa ra cổng trường, Giang vội bước qua đường. Điện thoại của Giang reo, Tiến gọi đến.

Chiều nay em có rảnh không?

Có gì không anh?

Anh muốn mời em đi ăn mì Quảng.

Em ngán thịt quá. Hay là mình đi ăn đồ chay.

Ừ! cũng được, nhưng ăn món gì có nước. Trời nóng quá!

Giang hồ sông nước

Đã hơn năm giờ chiều mà mặt trời vẫn còn đỏ rực, coi bộ ông mặt trời cũng nuối tiếc ngày cuối cùng của năm cũ. Chiều ba mươi Tết mà Bến Bình Đông bị kẹt xe, anh nhớ ngày đầu tiên qua đây, cậu Út khen con đường này ít xe cộ còn giống "hồi đó" quá. Cậu Út ngồi quán cà phê lề đường Bến Bình Đông, tay chỉ qua bên kia sông nói: "- Nhà của bà ngoại con Hảo ở bờ sông bên đó, hồi cậu còn nhỏ con sông này nước trong vắt, chiều nào cậu cũng xuống tắm, nằm dưới sàn nhà nhìn qua kẽ ván thấy cá lìm kìm lội coi hoài không chán."

"- Dạ, bây giờ con sông này nó đen như vận nước của Việt Nam vậy đó cậu." Cầm chai dầu Nhị thiên đường, lâu lâu đưa lên mũi hửi, cậu Út nói: "- Cái con sông này bây giờ thúi quá, mấy người dân ở đây sao chịu được cũng hay." "- Dạ, dân mình chịu được nhiều thứ hay lắm cậu." Cậu ngẫm nghĩ rồi nói: "- Nếu ở nước khác thì chánh phủ người ta đã làm sạch con sông này rồi." "- Dạ nhà nước này cũng cải tạo nó nhiều lần rồi mà vẫn thúi, giống cái nhà nước này, ông lên, bà xuống cũng không thấy thay đổi gì."

Anh chạy xe hết con đường Bến Bình Đông rồi lại vòng trở lại gian hàng bán cây kiểng ngang cái quán cà phê lề đường anh thường ngồi với cậu Út. Chợt thấy một phụ nữ bưng một chậu bông trang vàng, anh chạy theo hỏi:

Chị mua cây trang này bao nhiêu vậy?

Mắt chị sáng rỡ, miệng cười vui vẻ nói.

Cây này bữa trước ổng đòi tám trăm ngàn, tôi trả bốn trăm mà không chịu bán, bữa nay tôi hỏi ổng nói chắc giá bốn trăm ngàn, tôi bưng liền.

Đúng là cây này ổng cũng đòi tôi tám trăm ngàn.

Mấy năm gần đây kinh tế đi xuống, mấy người bán cây kiểng bán ế, thế nào cũng hạ giá ngày ba mươi. Chú vô lựa đi.

Dạ cám ơn chị.

Anh cảm thấy hụt hẫng, cái cây bông trang vàng này anh kết ngay từ bữa đầu, nhưng ông Ba Lô nói cao quá, anh thấy bực mình không muốn vô coi cây nữa, anh băng qua đường, kéo ghế kêu ly cà phê đá.

Chị Bảy, cho tôi ly đen luôn.

Người khách vừa kêu ly cà phê đen vừa ngồi xuống chung bàn với anh, rồi hỏi:

Ủa, hôm nay anh đi một mình hà? Còn ông Việt kiều đâu?

Ủa, sao anh biết ổng Việt Kiều? Cậu vợ tôi về Mỹ hôm qua rồi.

Nhìn cái mặt ổng ngơ ngơ là biết liền.

Tại nhà cũ của ổng bên kia sông nên ổng ngồi suy tư mơ màng để nhớ, ổng nói. Ngồi bên đây để nhớ về cái bến Lê Quang Liêm ngày xưa.

Mấy ông Việt kiều về cứ nói tên con đường cũ, chạy xe ôm mà gặp mấy ổng là điên luôn.

Việt kiều về đây để nhớ cái hồi xưa, chớ cái hồi nay có gì đáng cho mấy ổng nhớ. Mà cái ông Việt Kiều đi với anh hôn trước cũng về nước rồi hả?

Cái ông đó là Việt cộng, Ông dạy ở một trường đại học, nghe nói phó khoa dầu mỏ hay địa chất gì đó, ổng vừa dạy học vừa có công ty xây dựng lớn lắm. Lúc này kinh tế suy sụp, chắc công ty của ổng cũng bết nên ổng nghe lời bà thầy bói nói phải mua một cây kiểng có tán như Phật bà nhiều tay, may ra đỡ cho ổng qua cơn khủng hoảng này. Ổng nhờ tôi kiếm giùm, tôi gặp cha Ba Lô này cùng quê Vĩnh Long nên cho chả biết tin, chả liền về dưới chở lên mấy cây, may mắn là bà thầy bói chấm được một cây.

Như vậy là anh có hoa hồng rồi.

Ừ, có chút đỉnh để cho vợ con ăn Tết. Còn tôi thì tối nay theo cha Ba Lô đi về Vĩnh Long.

Cái cha Ba Lô này nói thách thấy sợ, cái cây bông trang bữa trước tôi hỏi đòi tám trăm, bữa nay bán cho chị kia có bốn trăm.

Như vậy là anh không phải dân buôn bán rồi, bữa nay ai trả có lời chút đỉnh hoặc huề vốn là cho đi liền, không lẽ chở củi về rừng. Anh đi theo tôi về Vĩnh Long chơi đi, bảo đảm anh có cây đem về khỏi mua.

Trời, tôi có quen biết với ai đâu mà người ta cho.

Như vậy là anh không phải người miền Nam rồi, người Nam bộ hào sảng đón khách lắm. Tay Ba Lô này là nghệ sĩ thứ thiệt, anh xuống ghe coi, ổng treo mấy cây đờn kìm, đờn cò đã lắm. Đang làm gà nấu cháo để tối cúng đất đai rồi lui ghe, tối nay nhậu và hát vọng cổ sáng đêm.

Vậy là đón giao thừa giữa sông nước, rồi chừng nào tới nhà?

Trưa hoặc chiều mai tới, mấy người này đâu có ăn Tết ba bữa như trên này, họ ăn nhậu, đánh bài, đá gà hết cái tháng giêng.

Tôi chưa đi về miền Tây lần nào, mà cũng chưa đi đâu bằng ghe lớn như vậy.

Vậy đi giang hồ một chuyến cho biết, lênh đênh giữa sông nước, dưới ghe có cái đèn "măng xông", vừa nhậu vừa nghe đờn ca vọng cổ chân phương thì hết biết.

Không lẽ bỏ vợ con ở nhà ăn Tết một mình.

Thì lâu lâu mình cũng nên cho mấy bà vợ hát vọng cổ một lần.

Hát gì?

...

*Đường dù xa ong bướm **
Xin đó đừng phụ nghĩa tào khang

Đêm luống trông tin bạn
Ngày mỏi mòn như đá vọng phu
Vọng phu vọng luống trông tin chàng
Lòng xin chớ phũ phàng
Chàng là chàng có hay
Đêm thiếp nằm luống những sầu tây
Bao thuở đó đây sum vầy
Duyên sắc cầm đừng lạt phai í a.
...

* *Bài Dạ cổ hoài lang của nhạc sĩ Cao Văn Lầu.*

Làm người Sài Gòn

Đã hơn sáu giờ mà mặt trời vẫn chưa lên, anh có cảm giác se lạnh, đường phố vắng vẻ hơn ngày hôm qua, con đường Hùng Vương bỗng thấy mênh mông. Hai hôm nay, sáng nào anh cũng chạy trên con đường này, vào giờ này. Vợ anh muốn ăn hủ tíu Bà Năm Sa Đéc, anh không biết phụ nữ sinh nở phải kiêng cữ gì, cứ nghĩ vợ mình sinh thường chắc ăn gì cũng được.

Trời mưa lăm răm, mưa như vậy thì không hề hấn gì, những người bán chợ hoa xem như khỏi tưới cây một buổi. Những ngày cuối năm, ở Sài Gòn náo nhiệt cũng nhờ có mấy con đường bán hoa kiểng. Khi ở lại Sài Gòn đón Tết anh không mua cây mai, cây cúc nào chưng Tết, nhưng chiều nào anh cũng dạo qua Bến Bình Đông rồi về đường Thành Thái coi hoa, có hôm đi tuốt qua Tân Bình, xuống Hoàng văn Thụ coi đào Hà Nội. Năm nào thấy người ta mua hoa, cây kiểng nhiều là biết năm đó dân Sài Gòn làm ăn được, mấy năm gần đây kinh tế suy sụp nên dịch vụ cho thuê cây càng lúc càng đông. Nhà vườn chở hoa, kiểng lên Sài Gòn bán không đươc chẳng lẽ chở về không.

Hôm nay hai mươi chín tết, chỉ còn hai buổi chợ nữa là đón mừng năm mới. Anh đã đón năm cái Tết ở Sài Gòn, đi bảy năm mà chỉ về thăm quê có hai lần, còn lại năm cái Tết long nhong ở Sài Gòn, sáng ngồi quán cóc nhâm nhi cà phê và mong chờ đến chiều làm vài xị ở quán vỉa hè cho hết ngày. Từ ngày quen Ên, vợ anh, anh có thêm đường hoa Nguyễn Huệ và Hội Hoa Xuân Tao Đàn để đón xuân.

Ên người Việt gốc Miên ở Sóc Trăng, anh người Xứ Quảng, đám cưới của hai vợ chồng chỉ có mẹ anh và má của Ên chứng kiến, tiệc chia vui chỉ có một bàn đãi bạn bè thợ hồ làm chung với anh, và một bàn đãi những anh em ở chung nhà trọ của hai đứa. Mấy năm xa xứ, tiền để dành anh gửi về cho mẹ sửa lại căn nhà ngoài quê, và anh quyết định để căn nhà đó lại cho vợ chồng anh trai ở với mẹ, anh sẽ bám trụ cái đất Sài Gòn này. Năm ngoái, vợ anh về Sóc Trăng ăn Tết còn anh về Quảng Ngãi. Hai đứa muốn có con nên quyết định về thăm quê, nhưng nếu cùng nhau đi về quê chồng rồi sang quê vợ thì quá tốn kém, vợ chồng bàn cãi nhau gần một tháng mới thống nhất quê ai nấy về. Lão bảy Sọ chủ nhà khi nghe quyết định này, lão trợn mắt nói: "Tụi bây tính làm Mẹ Âu Cơ với Lạc Long Quân hả? mai mốt định chia con như vậy chắc?" Lão đề nghị cho vay tiền để vợ chồng cùng nhau đi miền tây rồi đi miền trung, nhưng vợ chồng anh nhất quyết từ chối lòng tốt của lão. Vợ anh bị say xe không thể đi xe dạng cá mòi về miền Trung trong mùa tết, và mượn tiền rồi cũng phải trả. Người xa xứ luôn có cái bệnh nhớ quê, làm dành dụm có chút tiền thì lại muốn về thăm quê, những người lao động như vợ chồng anh chỉ có nước đi biệt xứ mới mong có chút của để dành.

Bây giờ anh và Ên đã được làm cha, làm mẹ. con trai anh biết cha mẹ nghèo nên sanh nó rất dễ, con trai từ lúc chào đời chỉ bú và ngủ. Đáng lý phải ở nhà thương ba ngày nhưng vì sắp đón giao thừa nên bệnh viện cho về sớm một ngày. Trưa nay, vợ, con anh sẽ về nhà, ra giêng mẹ anh sẽ vào giữ cháu nội. Ên may sửa quần áo ngay trước nhà trọ sẽ dễ dàng cho con bú. Lão bảy Sọ nghe con anh sanh ở nhà thương Từ Dủ đã khen anh biết lo cho vợ, con. Lão ngồi nhổ râu, lim dim phán: "Con trai mầy nếu được sanh ở Mỹ thì nó có quốc tịch Mỹ liền. Còn bây giờ dù nó sanh ở cái bệnh viện uy tính nhất của Sài Gòn, nó sẽ được nuôi nấng và học hành ở Sài Gòn cho đến lớn cũng chưa chắc nó có được giấy hộ khẩu là người Sài Gòn."

Lão nói đúng, anh ở bảy năm nhưng chỉ có cái giấy tạm trú lận lưng, cái thành phố này đã hứng không biết bao nhiêu giọt mồ hôi của anh, biết bao nhiêu căn nhà đã có bàn tay của anh xây dựng nó. Nhưng chắc suốt cuộc đời vợ chồng anh chỉ là người ngụ cư, tạm trú ở nhà trọ chứ không dám chắc mai này thuê được căn nhà để ở. Con trai anh sẽ được nuôi lớn lên ở mảnh đất này, nhưng chắc gì nó dám vỗ ngực xưng mình là người Sài Gòn!

Không biết rồi đây anh sẽ làm giấy khai sanh và nhập khẩu cho con ở Sóc Trăng hay Quảng Ngãi. Có lần lão bảy Sọ nói: "Ngày xưa, Sài Gòn là cái mái ấm của dân tứ xứ, dân tứ xứ đã làm nên cái Sài Gòn này. Bây giờ Sài Gòn là cái rọ nhốt người, chỉ có những người có thế và có tiền mới được làm người Sài Gòn. Cở tụi bây, đến già rụng răng cũng chưa vô được hộ khẩu xứ này." Đôi lúc anh bực tức cãi lại lão: "Sao chú bi quan quá vậy, thời thế thay đổi mấy hồi" Lão bỉu môi nói: "Nếu mầy và tao chỉ biết kiếm tiền lo cho sự sống như vầy hoài thì còn lâu mới có thay đổi."

Hôm qua lão bảy Sọ nhắc nhở anh: "Mầy hỏi vợ mầy coi nó ở trong quê hay ở ngoài chợ. Nếu trong quê thì cho con mầy làm người Sóc Trăng, mai mốt đi thi được cộng điểm vùng sâu vùng xa."

Anh thật bực mình vì sự tính toán của lão, đã nói: "Chú chán cái xứ này quá rồi sao chú không đi qua Mỹ ở với anh em mình đi." Lão chống nạnh kênh kiệu, nói: "Tao nhất quyết không để cái mảnh đất của ông bà tao cho họ hưởng nên phải ở đây. Thời gia đình tao đi là phải hiến hết tài sản mới được đi."

Thì ra cũng vì tài sản mà lão ở lại để giữ chứ lão có thương gì cái đất Sài Gòn này. Vậy mà ai dọn vô xóm nhà trọ của lão ở, lão đề nghị phải gọi đây là Sài Gòn chứ đừng nói với lão là cái thành phố cán chó nào đó. Anh đã nói với lão: "Chú nói như vậy mà không sợ sao?" Lão vỗ ngực, nói: "Tao có tới bảy cái sọ mới dám ở lại làm người Sài Gòn."

Sài Gòn không có đất

Tôi sinh ra và lớn lên ở nơi này, tôi luôn tự hào mỗi khi được ai hỏi bạn là người ở đâu. Lúc ấy tôi với nụ cười rạng rỡ và ánh mắt rực sáng, tôi hảnh diện trả lời: Tôi là người Sài Gòn. Mặc dù nay nó đã được thay tên, nhưng tôi vẫn cứ thích gọi hai tiếng Sài Gòn của ngày xưa. Còn anh là người được sinh ra ở một vùng đất như theo anh diễn tả, ngày xưa nó là một vùng đất khô cằn rất khan hiếm nước, anh và mấy người chị phải đi bộ mấy cây số ra cái ao Trường đua của thị xã gánh nước. Khi tôi lấy anh thì cái thị xã ấy đã đầy đủ tiện nghi lắm rồi, nhà anh đã có nước máy sữ dụng, đôi khi nước máy có cái màu đỏ đỏ anh gọi là phù sa của con sông Tiền.

Chúng tôi được hạnh phúc sống trên một chung cư thời bao cấp nên ít tầng, nhà chỉ có hơn ba mươi mét vuông nhưng thoáng mát nhờ có hai cửa trước và sau. Tôi thấy cuộc sống của mình như vậy là quá tuyệt vời, nhưng đối với anh như vậy là cuộc sống của con chim trong lồng. Anh luôn than vãn cuộc sống ở cái thành phố này quá chật hẹp, anh nói khi được mười hai tháng, nhà ăn thôi nôi cho anh, anh đã bốc cục đất, rồi anh lại thở dài rên rỉ: "Vậy mà ngày nay, nhà anh không có được một cục đất để chọi chim."

Đời sống của một gia đình công nhân, tôi luôn phải tính toán chi li cho khoản tiền chợ. Một lần tôi mua cá lóc về nấu canh chua, anh ăn nhăn mặt chê không thương tiếc.

- Cá gì mà thịt nhão nhẹt vậy em, mà lại tanh nữa.

- Cá lóc nuôi chứ cá gì.

- Trời, thôi đừng ăn cá lóc nuôi nữa, em kiếm cá lóc đồng của mấy bà dưới quê đem lên mua.

Nhắc đến hai chữ dưới quê, anh như được quay trở về quá khứ, anh hồ hởi kể.

- Ngày xưa, khi nghỉ hè, anh thường vô trong nhà bà ngoại, được mợ ba dẫn đi tát đìa, bắt cá lóc về nướng rôm ăn ngon hết biết, cá lóc nướng rôm ăn mềm, ngọt và thơm phức. Có hôm vô ngoại, nhà không có gì ăn, Mợ ba đi vó ít tép mòng, hái một mớ bông so đũa và mớ lá me non về nấu canh chua, ăn ngon quá, anh ăn phình bụng luôn. Hôm nào em thấy bán mấy thứ đó nhớ mua về nấu bậy ăn một bữa.

Trời! Cá lóc đồng, tép mòng, bông so đũa, lá me bây giờ là đặc sản mà anh kêu mua bậy về nấu ăn. Tôi thấy tội nghiệp anh quá nên phải lên kế hoạch kinh tế gia đình lại, tôi thường xuyên cho anh ăn chay đơn giản, để lâu lâu cho anh "ăn bậy" các món mà mấy bà dưới quê thường đem lên bán, được mấy bà gọi là: "đồ thiên nhiên", người nghèo không dám rớ. Có lần tôi mua cá lóc đồng về kho củ cải, chấm cải bẹ xanh non. Anh ăn không chê nhưng cũng hồi ức và mơ ước.

- Cá kho mà được chấm với đọt keo thì mới đã.

Đọt keo là đọt gì trời! Tôi chưa từng biết cái đọt đó ra sao. Tôi là người Sài Gòn, ký ức của tôi là những bông của cây dầu thơm ngào ngạt, đến mùa kết trái, bọn trẻ chúng tôi chạy theo gió đón những trái dầu đang tung bay như những cái chong chóng, khi ở tuổi mới lớn thì đứa nào cũng hát câu "Con đường có lá me bay..." .

Có một lần, Thiện, bạn học cũ của tôi đến nhà chơi, cô ta khen nhà chúng tôi thoáng mát, cứ trầm trồ.

- Nhà mầy mát mẻ quá, không khác gì ở nông thôn.

- Ở chung cư không có đất, làm gì được như ở nông thôn, nhà không có cục đất chọi chim, trước sau chỉ có mấy bước là đi hết.

- Ở Sài Gòn bây giờ kiếm đất đâu ra, vỉa hè cũng được lát gạch sạch sẽ, nhà giàu có sân rộng cũng sợ dơ nên lát gạch hết.

- Nhưng người ta có sân thượng, mầy không thấy nhà của mấy sếp trồng rau sạch trên sân thượng sao? Còn chung cư thì như bị treo lơ lửng, nhà không có nóc của riêng mình, không có sân của riêng mình. Chung cư này cũ quá rồi. Chán!

- Đừng ham chung cư lớn mới cất, cao chọc trời nên phải sữ dụng thang máy ngộp lắm, hành lang giống như bệnh viện, mỗi lần về khuya tao thấy ớn ớn. Chung cư này chỉ có hai tầng nên thoáng, nhà mầy lại cuối dãy, có thêm cái hành lang không ai đụng tới, sao không mua mấy chậu kiểng về để cho có màu xanh.

Thiện nói thật chí lý, tôi đi mua ngay mấy chậu hồng, và một chậu có lá giống như cây Mimosa nhưng người bán lại gọi cái tên rất cải lương: Tuyết sơn phi hồ. Chiều anh đi làm về thấy mấy chậu cây cũng hớn hở ra mặt. Có lẽ hôm nay anh đã yêu Sài Gòn như tôi rồi!

Đêm nghe tiếng con mèo hoang kêu meo meo ngoài hành lang, anh nói vui:

- Con mèo hoang nó thấy mấy chậu cây cũng khoái, kêu um xùm.

Tôi thấy thương anh quá, nhà có mấy chậu đất mà anh vui còn muốn chia sẻ với mèo nữa. Sáng thức dậy, tôi và anh vội mở cửa để ngắm mấy cây kiểng. Nhưng không thể tưởng tượng được, đất vương vãi đầy hành lang, con mèo hoang nó đã đào xới cái gốc cây Tuyết sơn phi hồ không thương tiếc. Tôi vừa hốt đất vừa chửi con mèo hoang.

- Đồ mèo hoang mất dạy, đói tao cho ăn, ăn gì rễ mấy cái cây kiểng này.

Anh chạy lại lấy cây xới vào nhúm đất của gốc cây tuyết sơn phi hồ, mặt anh nhăn nhó. Anh nói:

- Em đừng chửi nữa, Sống ở đây thì phải chịu cảnh thiếu đất, con mèo này cũng phải chịu cảnh thiếu đất, nay có đất thì nó phải trở về với bản năng của nó, nó phải ị ở dưới đất.

Tôi phải suy nghĩ cả một buổi sáng mới tìm được cách chống lại "bản năng" của con mèo hoang, tôi đi mua mấy cục gạnh ống về đập thành từng miếng nhỏ, ngồi ghép kín hết lớp đất trên mặt mấy chậu kiểng. Anh đi làm về nhìn mấy chậu kiểng rồi lầm bầm.

- Sài Gòn không có đất!

Nhà thơ Trần Tiến Dũng

Về Cái thẹo đồng xu

"Đây là một truyện gợi lại không khí của cư dân Sài Gòn một thời. Có thể tính thời gian trong truyện là xa xôi nhưng không gian truyện lại vô cùng gần gũi.

Bản chất của người Sài Gòn là sự quần tụ của những mảnh đời lưu dân. Họ đến vùng đất này sống và yêu, để kết hợp sự tìm kiếm nhau sau khi trải qua những điều bất hạnh để gặp nhau trong nước mắt của hạnh phúc.

Khi thế hệ trước lạc nhau rồi tìm thấy nhau trong hạnh phúc, rồi chính thế hệ sau lại đánh mất nhau trên bước đường mưu cầu sự sống. Từ Sài Gòn đến các tỉnh miền tây, rồi ra miền trung. Sự tìm kiếm nhau của những nhân vật trong truyện chính là giá trị lớn nhất để kết nối những mối quan hệ từ thường tình đến thiêng liêng của đất và người.

Cái thẹo đồng xu là một truyện vừa được viết với bút pháp gọn và lạnh. Truyện được xây dựng bằng ngôn ngữ kể. nhưng điều bất ngờ là được viết với một vận tốc nhanh của lối viết hiện đại".

Nhạc sĩ Tuấn Khanh

Về Sài Gòn không có đất

"Đọc những truyện ngắn của tác giả Nguyệt Lâm mà ngạc nhiên. Cơ may trong cuộc đời của bà là hàng ngày được sống trong lòng một Sài Gòn ồn ào mà tĩnh lặng. Buổi sáng thức dậy nghe tiếng rao hàng, nghe tiếng xe máy nổ, nghe tiếng chó sủa chung cư... đó là những khoảng khắc thì thầm tiếp sức để bà chống chọi với những đổi thay trong lòng thành phố mà bà yêu mến, sau 40 năm sống dưới chế độ cộng sản.

Tác giả Nguyệt Lâm có những cái nhìn giỏi chi tiết đến giật mình. Giỏi vì nhắc lại những gì chúng ta sắp quên đi, giỏi vì nhắc lại cho chúng ta nhớ rằng một thế hệ đã hoàn toàn mất, những gì.

Rất lâu rồi, mới được đọc lại những truyện thật ngắn để mình nghĩ thật dài, bằng một phong cách lại văn chương miền Nam quen thuộc và yêu quý."

Printed in France by Amazon
Brétigny-sur-Orge, FR

51560481R00112